AF746163

Kupendwa, Kuchaguliwa na Mzima:

Safari ya Siku 30 kutoka Kukataliwa hadi Kurejeshwa

Na

Zacharias Godseagle ;

Balozi Monday O. Ogbe ;

Faraja Ladi Ogbe

-

Zacharias Godseagle;

Ambassador Monday O. Ogbe;

Comfort Ladi Ogbe

Ukurasa wa Hakimiliki

Inayopendwa, Iliyochaguliwa na Mzima: Safari ya Siku 30 kutoka Kukataliwa Hadi Kurejeshwa
© 2025 ***Zachariah Godseagle ; Balozi Monday O. Ogbe ; Faraja Ladi Ogbe***
Haki zote zimehifadhiwa.

Hakuna sehemu ya chapisho hili inayoweza kunakiliwa tena, kuhifadhiwa katika mfumo wa kurejesha, au kusambazwa kwa namna yoyote au kwa njia yoyote—kielektroniki, mitambo, kunakili, kurekodi, au vinginevyo—bila kibali cha maandishi cha awali cha mchapishaji, isipokuwa kwa manukuu mafupi yanayotumiwa katika mapitio au kazi za kitaaluma.

Isipokuwa imeonyeshwa vinginevyo, nukuu zote za Maandiko zimechukuliwa kutoka kwa **Tafsiri ya New Living (NLT)** © 1996, 2004, 2015 na Tyndale House Foundation, na/au **Amplified Bible (AMP)** © 2015 na The Lockman Foundation. Inatumika kwa ruhusa. Haki zote zimehifadhiwa.

Muundo wa Jalada na Timu ya God's Eagle
Iliyochapishwa Nchini Marekani
Toleo la Kwanza, 2025

Imechapishwa na
Zachariah Godseagle na
God's Eagle Ministries - GEMs
https://www.otakada.org

Kwa ruhusa, maswali, au leseni ya kikundi, tafadhali wasiliana na: ambassador@otakada.org

Kuhusu Kitabu

Je, umechoka kuhisi kuwa hutakiwi, kupuuzwa, au kama hutawahi kujipima?
Unapendwa, Umechaguliwa na Mzima: Safari ya Siku 30 kutoka kwa Kukataliwa hadi Urejesho ni zaidi ya ibada—ni mwaliko wa uhai wa kugundua tena thamani yako ya kweli, kurudisha utambulisho wako, na kupanda katika utimilifu wa yule ambaye Mungu alikuumba uwe.

Imeandikwa kutokana na mitazamo ya wanaume na wanawake na kuunganishwa na hadithi zenye nguvu, za hisia za Mikaeli na Neema, safari hii ya mabadiliko hutoa uponyaji wa kila siku kupitia maandiko, tafakari ya dhati, maombi ya kimkakati, na uandishi wa habari unaoongozwa. Iwe unapambana na majeraha kutoka utotoni, mahusiano, huduma, au uongozi, kitabu hiki kitakuondoa kwenye majivu ya kukataliwa hadi kwenye uzuri wa urejesho.

Utajifunza jinsi ya:

- ***Achana na uwongo wa kutostahili na kutojiamini***
- ***Nyamazisha mwangwi wa usaliti wa zamani na majeraha ya kihisia***
- ***Kubali utambulisho wako uliopewa na Mungu kama mpendwa, mteule, na mkamilifu***
- ***Samehe sana na utembee kwa amani***
- ***Gundua kusudi na utumie hadithi yako kuponya wengine***

Kila siku itakusogeza karibu na moyo wa Baba, ikifanya upya akili yako na kuirejesha nafsi yako. Huu ni wakati wako. Huu ni uponyaji wako. Hii ni **safari**

yako ya kurudi kwa ukamilifu . Kwa upendo kutoka kwa **Zakaria; Amb . Ogbe , na Comfort Ladi**

Maneno Muhimu kwa Wapendwa, Waliochaguliwa na Wote: Safari ya Siku 30 kutoka Kukataliwa hadi Kurejeshwa -

- *Uponyaji kutoka kwa ibada ya kukataliwa*
- *Ibada ya Kikristo kwa uponyaji*
- *Kushinda kukataliwa kwa imani*
- *Ibada ya siku 30 kwa uponyaji wa kihemko*
- *Ibada kwa mioyo iliyovunjika*
- *Kupata utambulisho katika Kristo ibada*
- *Urejesho baada ya kukataa kujifunza Biblia*
- *Upendo wa Mungu na ibada ya uponyaji*
- *Ibada ya Kikristo kwa kujithamini*
- *Mwongozo wa maombi ya kukataliwa kwa uponyaji*
- *Ibada ya Biblia ya uponyaji wa kihisia*
- *Ibada kwa urejesho wa kiroho*
- *Uponyaji kutokana na kuacha ibada*
- *Ibada kwa ajili ya kuvunjika na uponyaji*
- *Safari ya ibada ya marejesho*
- *Ibada juu ya kukubalika kwa Mungu*
- *Ibada ya uponyaji yenye msingi wa imani*
- *Kitabu cha ibada cha Kikristo cha kutia moyo*
- *Ibada kwa ajili ya kushinda kukataliwa na maumivu*

- ***Ibada yenye mwongozo wa maombi ya uponyaji***

Kujitolea

Kwa kila mtu ambaye amewahi kuhisi kutostahili, kutopendwa, kutoonekana, au kutotakiwa— Kitabu hiki ni kwa ajili yako.

Kwa mtoto aliyeachwa, kiongozi aliyesalitiwa, mwenzi aliyekataliwa, rafiki aliyepuuzwa— Safari hii ni uponyaji wako.

Kwa kila mwanamume na mwanamke ambaye amelia kwa ukimya, kutilia shaka thamani yao, na kutilia shaka nafasi yao
Hauko peke yako.

Na kwa Yule anayeona, kuponya, kurejesha, na kamwe kukataa—Yesu Kristo, Mkombozi wetu—
Utukufu na heshima zote ni Zako.

Shukrani

Kwanza kabisa, tunampa **Mwenyezi Mungu utukufu wote** , Mponyaji wa mioyo iliyovunjika, Mrejeshaji wa hatima, na Yule ambaye kamwe hawakatai wale wanaokuja Kwake.

Kwa **Roho Mtakatifu** , Mfariji, Mshauri wetu, na Mwenzi wetu wa kudumu—asante kwa kutia uhai katika kurasa hizi na kuongoza kila neno kwa kusudi.

Kwa **wanaume na wanawake ambao hadithi zao zilihimiza ibada hii** , iwe moja kwa moja au kwa njia isiyo ya moja kwa moja—asante kwa udhaifu na ujasiri wako. Safari zako zinatukumbusha kuwa hakuna maumivu yanayopotea mikononi mwa Mungu.

Kwa **waombezi, washauri, na baba na mama wa kiroho** ambao wameomba, kutabiri, na kumimina katika maono haya-msaada wenu umekuwa msingi.

Hasa tunataka kumshukuru Billy Graham wa kumbukumbu iliyobarikiwa kwa mchango wa **JINSI YA KUZALIWA UPYA. Kwa hivyo ni muhimu sana kwa mchakato wa uponyaji na urejesho. Mungu akubariki!**

Kwa **timu katika God's Eagle Ministries - GEMs** , asante kwa usaidizi wako usio na kinyongo na kujitolea bila kuchoka kueneza uponyaji na ukweli kote ulimwenguni.

Kwa kila mtu ambaye amepitia kukataliwa na bado akathubutu kuamini tena— **kitabu hiki ni heshima kwa ustahimilivu wako.**

Na kwako, msomaji-asante kwa kufungua moyo wako kwa uponyaji. Safari hii na ikuongoze katika maisha ya urejesho, utambulisho, na kusudi la kimungu.

Utangulizi

Kukataliwa ni mojawapo ya matukio yenye uchungu sana maishani. Inakuja kimya, lakini inazungumza kwa sauti kubwa. Inanong'ona kuwa haufai vya kutosha, hautakiwi, haustahili. Iwe imetoka kwa mzazi aliyekwenda mbali, mshirika aliyesaliti upendo wako, kiongozi ambaye hakuwahi kukuamini, au mfumo uliopuuza - huacha alama kwenye nafsi.

Nimepitia kukataliwa. Nimehisi uchungu wa kuhukumiwa vibaya, kuachwa, na kutoonekana. Lakini pia nimegundua jambo kubwa zaidi: upendo ambao haushindwi kamwe, sauti inayoniita mteule, na uponyaji ambao hakuna jeraha linaloweza kustahimili. Ugunduzi huo ulizaa ibada hii.

"Mpendwa, Mteule na Mzima" sio tu cheo—ni utambulisho wako wa kimungu.

Safari hii ya siku 30 imeundwa kwa huruma, Maandiko, na hadithi za maisha halisi ili kukusaidia kuondoka kwenye vivuli vya kukataliwa hadi kwenye nuru ya urejesho. Utakutana na **Michael** na **Grace** , sauti mbili zinazofaa ambazo zinawakilisha mapambano na ushindi ambao sote tunakabiliana nao katika vita vya kuwania nafasi hiyo. Kupitia hadithi zao—na zako mwenyewe—utafichua ukweli, kukabiliana na uongo, na kugundua tena Yule ambaye hakuwahi kukukataa: Mungu.

Kila siku inakupa:

- **Hadithi inayoweza kukuvutia**

- **Ukweli kutoka kwa Maandiko ili kukutia nanga**
- **Tafakari ya kuchochea moyo wako**
- **Maombi ya kusawazisha roho yako**
- **Kidokezo cha jarida cha kukusaidia kuchakata uponyaji wako**

Kitabu hiki ni nafasi yako salama. Ni kwa ajili ya waliovunjika moyo, wenye nguvu-lakini-waliochoka, na wanaoteseka kimya kimya. Ikiwa unasoma hii kutoka mahali pa maumivu mapya au kutoka kwa makovu ambayo bado yanauma, nataka ujue:

Hauko peke yako. Unapendwa sana. Umechaguliwa. Na ndio - wewe ni mzima.

Acha hii iwe hatua yako ya kugeuza. Hebu haya yawe marejesho yako.

Karibu katika safari yako ya uponyaji.

Ujumbe kwa Viongozi wa Vikundi na Wawezeshaji

Ndugu Kiongozi,
Asante kwa moyo wako kutembea na wengine kwenye safari yao kutoka kukataliwa hadi kurejeshwa. Mnafanya kazi takatifu.

Ibada hii haikuundwa kwa ajili ya kutafakari kibinafsi tu bali pia kwa vikundi vidogo, huduma za uponyaji, duru za maombi, na mipangilio ya ushauri. Kila siku hutoa mandhari yenye nguvu, Maandiko, na matukio halisi ya maisha ambayo yanaweza kuibua mazungumzo ya kina na mabadiliko katika muktadha wa kikundi.

Hapa kuna mapendekezo machache ya kukusaidia kuwezesha kwa ufanisi:

- *Fungua kila kipindi katika maombi, ukimwalika Roho Mtakatifu kuleta uponyaji na utambuzi.*

- *Soma ibada ya kila siku kwa sauti, kisha wape muda washiriki wa kikundi kutafakari kibinafsi.*

- *Tumia maswali ya kutafakari ili kuongoza mazungumzo ya uaminifu, yenye heshima.*

- *Himiza uandishi wa habari, lakini fanya kushiriki kuwa chaguo-baadhi ya uponyaji hufanyika kimya kimya.*

- *Malizia kwa tamko la maombi, ukizungumza pamoja kama jumuiya ya imani.*

- *Unda nafasi ya neema, usiri, na kutohukumu—hii ni muhimu kwa uponyaji wa kina.*

- Unaweza pia kutaka kutenga muda maalum katika Siku ya 30 kwa ajili ya shuhuda, ibada, au maombi ya kuwaagiza washiriki ambao wanaingia kwenye kusudi baada ya uponyaji.

Kumbuka : uponyaji ni safari, sio marudio. Uongozi wako, huruma, na usikivu wa kiroho ni funguo za kufungua uhuru kwa wengine. Mungu anapotumia kitabu hiki, na akutumie wewe pia kuwa chombo cha faraja na urejesho Wake.

Kwa shukrani nyingi na maombi,
Zachariah Godseagle ; Balozi Monday O. Ogbe ; Faraja Ladi Ogbe
God's Eagle Ministries – GEMs
www.otakada.org

Mapendekezo Maalum kwa Makanisa/Huduma

- **Toa ibada hii kama sehemu ya kampeni ya siku 30 ya uponyaji.** Itangaze katika huduma, mafunzo ya Biblia, au vipindi maalum vya ushauri.
- **Tumia katika huduma za ukombozi na uponyaji wa ndani.** Mandhari yanapatana vyema na urejesho wa kina wa kiroho.
- **Jumuisha ushuhuda** mwishoni mwa mzunguko wa siku 30 kwa ajili ya kutia moyo na kukua.
- **Zingatia programu za ufuatiliaji** kuhusu ugunduzi wa makusudi, kujithamini, na ukuaji wa kiroho ili kuendeleza mabadiliko.

Utoaji Leseni na Matumizi ya Kikundi:
Kwa nakala nyingi au ufikiaji wa kikundi kidijitali, tafadhali wasiliana nasi kupitia ambassador@otakada.org kwa punguzo la huduma au matoleo maalum kwa shirika lako.

Acha safari hii iwe zaidi ya ibada—iwe na iwe harakati ya uponyaji, uhuru, na urejesho wa kiungu katika Mwili wa Kristo.

Nyongeza ya Mwongozo wa Mwezeshaji: Kwa Makanisa, Huduma, na Vikundi vya Uponyaji

Kusudi:
Ibada hii ni bora kwa **matumizi katika makanisa, huduma za uponyaji, vikundi vya ushauri nasaha, na ushirika wa usaidizi** ambapo watu wanatafuta ukamilifu kutokana na majeraha ya kihisia, kiroho, na uhusiano.

Muundo wa Kikundi Uliopendekezwa (Matumizi ya Kila Wiki au Kila Siku):

1. **Maombi ya Ufunguzi na Ibada (Dak. 5–10)**
   Mkaribishe Roho Mtakatifu katikati yako na utengeneze mazingira ya amani na uwazi.
2. **Kusoma kwa Ibada (dak. 5–10)**
   Soma ingizo la kila siku kwa sauti au likabidhi kabla ya wakati. Zungusha wasomaji kila wiki ili kushiriki ushiriki.
3. **Tafakari ya Kikundi (Dakika 20–30)**
   Tumia maswali ya kutafakari ili kuhimiza majadiliano ya uwazi. Wakumbushe washiriki kuwa hii ni nafasi salama na ya siri.
4. **Uandishi wa Habari wa Kibinafsi (dakika 10)**
   Ruhusu muda wa kuchakata mtu binafsi. Majarida yanaweza kushirikiwa kwa hiari.
5. **Maombi na Maombezi (Dak 10–15)**
   Ombea masuala mahususi yaliyojadiliwa.

Maliza kila kipindi kwa tamko la maombi ya uponyaji lililojumuishwa.

6. **Ahadi ya Kitendo**
   Wahimize washiriki kutumia somo la siku hiyo kwa njia ya vitendo—iwe ni kutoa msamaha, kutafakari Maandiko, au kuandika barua kwa Mungu.

Hadithi ya Michael na Tumaini

Michael alikulia katika nyumba ambayo upendo ulikuwa haba na idhini hata kidogo. Baba yake, mtu mkali na wa mbali, mara chache alizungumza maneno ya uthibitisho. Mama yake, akiwa amelemewa na matatizo ya maisha, mara nyingi alipuuza mahitaji yake ya kihisia-moyo. Kuanzia umri mdogo, Michael aliingiza ujumbe wenye uchungu: haitoshi. Haidhuru alijaribu sana jinsi gani, alihisi kuwa haonekani, hapendwi, na kukataliwa.

Shuleni, Michael alijitahidi kupatana naye. Marafiki walikuja na kuondoka, lakini sikuzote alihisi kama mtu wa nje anayemwangalia. Mara nyingi walimu walimpuuza, na hata makosa madogo yalionekana kuthibitisha kwamba hakuwa na thamani. Baada ya muda, kukataliwa kulianza kuzama—kivuli kilichomfuata kila mahali, kikinong'ona uwongo kuhusu thamani yake.

Michael alipokua, kukataliwa huku kwa kina kuliathiri kila eneo la maisha yake—mahusiano, kazi, na kujithamini. Aliogopa urafiki, akitarajia wengine kuondoka au kumkataa. Alisita kukimbiza ndoto zake, akiamini kuwa hakustahili kufanikiwa. Maumivu yalikuwa kimya lakini ya kudumu, mnyororo mzito asioweza kuuvunja.

Siku moja, katika hali yake ya chini kabisa, rafiki alimpa ibada yenye kichwa *Kupendwa, Kuchaguliwa na Mzima: Safari ya Siku 30 kutoka Kukataliwa hadi Urejesho* . Akiwa na mashaka lakini akiwa amekata tamaa, Michael alianza kusoma. Ujumbe wa kila siku ulizungumza moja kwa moja na moyo wake, ukifichua ukweli ambao alikuwa amesahau au hajawahi kujua: kwamba upendo wa Mungu haukuwa na masharti, kwamba alichaguliwa sana, na kwamba utambulisho wake haukufafanuliwa na maoni ya wengine lakini na Muumba aliyemwita kwa jina.

Polepole, Michael alianza kujiona kwa macho ya Mungu. Minyororo ya kukataliwa ililegea alipokumbatia maombi, tafakari, na nguvu ya maandiko. Alichukua hatua zinazofaa—kutafuta ushauri, kujenga uhusiano mzuri, na kufuata matamanio ambayo hapo awali yalionekana kutoweza kufikiwa.

Leo, Michael hajafafanuliwa kwa kukataliwa kwake hapo awali lakini kwa urejesho aliopata. Anatembea kwa ujasiri, akijua anapendwa, amechaguliwa, na mzima. Hadithi yake ni ushuhuda kwamba haijalishi kukataliwa kwa kina kirefu vipi, uponyaji na tumaini vinapatikana kila wakati.

Hadithi ya Neema na Upya

Grace daima alivaa tabasamu, lakini nyuma yake kulikuwa na moyo mzito wa kukataliwa. Tangu utotoni, alihisi uchungu wa kuachwa—wazazi wake walitalikiana alipokuwa mchanga sana, naye alirukaruka kati ya nyumba, bila kuwa mali yake. Katika miduara ya shule na kijamii, Grace mara nyingi alihisi kupuuzwa, kana kwamba sauti yake haikuwa na maana. Ujumbe ambao haujatamkwa ulikuwa wazi: haitoshi kupendwa kikamilifu au milele.

Alipokuwa mtu mzima, kukataliwa kwa Neema kulionekana katika mahusiano yake. Alijikuta akivutiwa na watu ambao hawakupatikana kihisia au wasiokubalika, na kuendeleza mzunguko wa maumivu ya kujisikia kutoonekana na kutothaminiwa. Moyoni, Grace alitamani kukubaliwa, lakini miaka mingi ya kukataliwa ilifanya iwe vigumu kuamini kuwa anastahili.

Licha ya maumivu hayo, Grace alishikilia tumaini tulivu—minong'ono kwamba angeweza kuwa zaidi ya maisha yake ya zamani. Siku moja, akiwa amevunjika moyo sana, aligundua ibada ya *Kupendwa, Kuchaguliwa na Mzima: Safari ya Siku 30 kutoka Kukataliwa hadi Urejesho* . Akiwa na mashaka lakini akiwa na njaa ya uponyaji, alianza kusoma. Kila ibada ilichochea kitu ndani yake—ukumbusho wa upole kwamba upendo wa Mungu haukutegemea utendaji wake au kibali kutoka kwa wengine bali ulitolewa bure, bila masharti, na bila kuyumba.

Kupitia tafakari za kila siku, maombi, na hadithi, Grace alianza kufuta uwongo aliokuwa ameamini kwa miaka mingi. Alijifunza kukumbatia utambulisho wake kama binti mteule wa Mungu, aliyetunzwa na mkamilifu. Uponyaji haukuwa wa papo hapo—ilikuwa safari iliyojaa machozi, mafanikio, na ujasiri wa kukabiliana na majeraha ya zamani. Lakini kwa kila hatua, Neema alikua na nguvu, akijifunza kuweka mipaka yenye afya, kujisamehe mwenyewe na wengine, na kutembea kwa ujasiri katika kusudi.

Leo, Neema anang'aa kwa hisia mpya ya kustahili na kumilikiwa. Anashiriki hadithi yake ili kuwatia moyo wengine wanaohisi wamenaswa na kukataliwa. Safari ya Neema inaonyesha kwamba urejesho unawezekana—kwamba kila mwanamke ambaye anahisi amevunjika anaweza kuinuka, kupendwa, kuchaguliwa, na mzima.

Dalili ya Kukataliwa Kwa Ndani

Kukataliwa kwa nguvu kunaweza kuathiri sana utambulisho wa mtu, mahusiano, na uchaguzi wa maisha. Mara nyingi unaweza kusema kuwa inafanya kazi katika maisha ya mtu kupitia mifumo thabiti ya tabia, hisia na imani. Hapa kuna ishara wazi:

1. Hitaji la Mara kwa Mara la Kuidhinishwa

- Wanatafuta uthibitisho kupita kiasi au wanaogopa kukataliwa, hata kutoka kwa wageni.
- Sifa huwapa kitulizo cha muda, lakini wanarudi haraka katika hali ya kutojiamini.

2. Hofu ya Urafiki au Mazingira magumu

- Wanajitahidi kufunguka katika mahusiano au kuwasukuma watu mbali ili kuepuka kuumizwa.
- Wanafikiri wengine hatimaye watawaacha, kuwasaliti, au kuwakataa.

3. Kuchukia kupita kiasi

- Hata marekebisho ya upole au kutokubaliana huhisi kama shambulio la kibinafsi.
- Wanakuwa wa kujihami au kujiondoa kihisia.

4. Kujihujumu

- Wanaacha kabla ya kujaribu, huepuka fursa, au kutarajia kutofaulu kama kuepukika.

- "Sifai vya kutosha" au "Hawatanichagua" inakuwa hati ya chini ya fahamu.

5. Kutengwa na Kujitoa

- Wanapendelea kuwa peke yao si kwa sababu wanafurahia upweke, lakini kuepuka kukataliwa tena.
- Wanaweza kusema, "Ni bora niwe peke yangu" huku wakitamani kwa siri kuunganishwa.

6. Utambulisho Unaoendeshwa na Utendaji

- Kujithamini kwao kunafungamanishwa na mafanikio, kazi, huduma, au tabia njema.
- Wanahisi lazima "wapate" upendo, hata kutoka kwa Mungu.

7. Nadhiri za Ndani na Imani zenye Mipaka

- Wameweka viapo vya ndani kama vile: "Sitaruhusu mtu yeyote anidhuru tena."
- Viapo hivi huongoza kimya kimya maamuzi yao na kuzuia uhuru au uponyaji.

8. Kutengwa Kiroho

- Wanaweza kutatizika kuamini kwamba Mungu anawapenda au anawakubali kikweli.
- Wanamwona Mungu kuwa mwamuzi zaidi ya Baba mwenye upendo, mara nyingi wanahisi kutostahili mbele zake.

Uponyaji Kutokana na Kukataliwa Kwa Msingi: Mwongozo wa Hatua kwa Hatua

Hatua ya 1: Tambua Mzizi

Uliza:

- Kukataliwa kulianza wapi? Utotoni? Usaliti? Kuachwa? Kupuuzwa kwa wazazi?
- Ni nani au ni nini kilikufanya kwanza uhisi kuwa hupendwi, hufai, au hutakiwi?

Jarida la Tafakari:

- "Kwa mara ya kwanza nilihisi sitakiwi wakati ..."
- "Niliamini sikuwa mzuri kwa sababu ..."

Sala:
"Bwana, nifunulie mzizi wa kukataliwa maishani mwangu. Uangazie nuru yako kwenye majeraha yaliyofichika. Ponya nisichoweza kuona."

Hatua ya 2: Kataa Uongo

Kukataa mara nyingi mimea iko kama:

- "Sipendi."
- "Kila mtu anaondoka."
- "Lazima nijithibitishe."

Hatua:
Andika uongo ambao umeamini. Kisha tangaza ukweli:

- “Nimekubaliwa katika yeye Mpendwa” (Waefeso 1:6).
- “Nimeumbwa kwa jinsi ya kutisha na ya ajabu” (Zaburi 139:14).
- “Mungu hataniacha kamwe wala kuniacha” (Waebrania 13:5).

Sala:
"Ninavunja makubaliano na uongo wa kukataliwa. Ninakubali ukweli wa mimi ni nani ndani yako, Bwana."

Hatua ya 3: Wasamehe Waliokukataa

Kutokusamehe huweka jeraha wazi.

Kitendo:

- Taja mtu/watu.
- Kubali uchungu.
- Chagua kusamehe, hata kama hujisikii bado.

Sala:
"Baba, ninasamehe [jina] kwa kunifanya nijisikie sitakiwi na sipendwi. Ninawaachilia Kwako na kujikomboa kutoka kwa mzigo wa kutokusamehe."

Hatua ya 4: Pokea Uponyaji na Kukubalika kwa Mungu

Mungu akupe baba tena. Mwache akupende pale ambapo wengine walishindwa.

Kitendo:

- Tumia wakati kutafakari Maandiko ya upendo wa Mungu.
- Loweka katika ibada inayokukumbusha utambulisho wako.

Maandiko Muhimu:

- Isaya 43:1 "Nimekuita kwa jina lako, wewe ni wangu."
- Warumi 8:15 "Hamkupokea tena roho wa utumwa iletayo hofu…"

Sala:
"Baba, ninapokea upendo na kibali chako. Ujenge upya utambulisho wangu kama mtoto wako mpendwa."

Hatua ya 5: Ongea Maisha na Ufanye Upya Akili Yako

Kukataliwa kunapotosha jinsi unavyojiona. Unahitaji matamko mapya.

Matangazo ya kila siku:

- "Nimechaguliwa na Mungu."
- "Mimi sio kosa."
- "Ninapendwa bila masharti."

Tendo:
Unda "Ukuta wa Ukweli" au "Jarida la Utambulisho" ambapo unaandika kile Mungu anasema kukuhusu.

Hatua ya 6: Unganisha Upya katika Mahusiano yenye Afya

Kukataa hutenganisha, lakini uponyaji huunganisha tena.

Kitendo:

- Chukua hatua ndogo ili kufungua katika mahusiano salama.
- Jiunge na jumuiya yenye afya, kikundi cha maombi, au mduara wa usaidizi wa uponyaji.
- Ruhusu watu unaowaamini watembee nawe.

Sala:
"Bwana, lete watu sahihi katika maisha yangu—wale ambao watanipenda kwa moyo Wako na kunisaidia kukua katika utimilifu."

Hatua ya 7: Mhudumu Uponyaji kwa Wengine

Mungu anageuza majeraha yako kuwa silaha za uponyaji.

Kitendo:

- Shiriki ushuhuda wako.
- Ombea wengine wanaopambana na kukataliwa.
- Tembea kwa huruma na ufahamu.

Maandiko Matakatifu:
2 Wakorintho 1:4 “atufarijiye katika dhiki zetu zote ili nasi tupate kuwafariji wale walio katika dhiki zote;

Safari ya Siku 30 kutoka Kukataliwa hadi Kurejeshwa Inaanza ....

SIKU YA 1: Jeraha la Kimya

Maandiko (NLT):

"Hata kama baba yangu na mama yangu wataniacha, Bwana ataniweka karibu." — Zaburi 27:10

Hadithi ya Michael:

Michael alisimama peke yake kwenye mazishi ya baba yake, macho yakiwa yamekauka lakini moyo ukivuja damu. Alikataliwa kama mtoto kwa kuwa "mwenye hisia sana," hakuwa mzuri vya kutosha. Sasa, ilikuwa imechelewa sana kusikia maneno ambayo alitamani sana: *"Ninajivunia wewe."* Ukimya ule ukamtesa.

Hadithi ya Grace:

Neema alikuwa daima asiyeonekana. Kupuuzwa na wazazi wake, kutumiwa na wapenzi, kufukuzwa kazi. Kukataliwa haikuwa kitambo—ilikuwa ni kielelezo. Ilitengeneza sauti yake, matembezi yake, thamani yake. Tabasamu lake lilikuwa ngao yake, lakini ndani alijiuliza ikiwa alikuwa na umuhimu wowote.

Maarifa ya Ibada:

Kukataa sio sauti kubwa kila wakati. Mara nyingi,

huingia kwa utulivu-kupitia ukimya, kupuuza, kukosolewa, kuachwa. Lakini haijalishi ni chanzo gani, mikono ya Mungu iko wazi. Yeye hakuvumilii tu— *Anakuchagua* wewe. Yeye hakulinganishi— *Anakuthamini* .

Daudi, aliyeandika Zaburi 27, alijua kukataliwa. Akiwa amepuuzwa na familia yake, iliyowindwa na adui zake, iliyosalitiwa na mwana wake mwenyewe—lakini atangaza hivi kwa uhakika: *"Bwana ataniweka karibu."*

Leo, wacha huo uwe ukweli wako. Mungu hakufafanui kwa nani aliyekukataa—bali kwa Yule aliyekukomboa.

Maswali ya Tafakari:

1. Ni nani katika maisha yako aliyekufanya ujihisi hufai au huonekani?
2. Umeamini uwongo gani juu yako mwenyewe kwa sababu ya kukataliwa huko?

Tamko la Maombi:

Baba, hata watu wakinikataa, unanikubali . Wakati wengine wanaacha, Unanishika karibu. Ninasalimisha maumivu ya kukataliwa hapo awali na kupokea kumbatio la uponyaji Wako. Unifanye mzima tena, katika jina la Yesu. Amina.

Mwongozo wa Jarida:

Andika barua kwa mtu (au watu) waliokukataa—sio

kutuma, bali kuachiliwa. Mimina maumivu yako, kisha mwombe Mungu aijaze nafasi hiyo na ukweli wake.

Vidokezo:

SIKU YA 2: Shina la Uongo

Maandiko (Yaliyokuzwa):

"Mwivi haji ila aibe na kuchinja na kuharibu; mimi nalikuja ili wawe na uzima, kisha wawe nao tele [kamili, hata ufurike]. - Yohana 10:10 AMP

Hadithi ya Michael:

Michael hakuweza kutikisa sauti kichwani mwake: *"Hautoshi."* Ilisikika katika vyumba vya mikutano, katika ndoa yake, hata kanisani. Kila wakati mtu hakukubali juhudi zake, jeraha lilifunguliwa tena. Alifanya kazi kwa bidii zaidi ili kuthibitisha thamani yake, lakini makofi hayakudumu.

Hadithi ya Grace:

Grace aliwahi kuwa na ndoto ya kuwa mwimbaji. Lakini usiku ule mama yake alicheka na kusema, *"Usijitie aibu,"* ndoto hiyo ilikufa. Tangu wakati huo, kila fursa ilionekana kama mtego, kila pongezi ni uwongo. Alificha zawadi zake chini ya unyenyekevu, akiogopa kuonekana.

Maarifa ya Ibada:

Mimea ya kukataliwa iko ndani yetu: *"Hustahili," "Hautawahi kujipima," "Hupendeki."* Lakini haya si mawazo yako—ni mbegu ambazo adui hupanda ili kuiba utambulisho wako, kuua ujasiri wako, na kuharibu hatima yako.

Yesu hakuja tu kuokoa nafsi yako—Alikuja **kurejesha maisha yako yote** , ikijumuisha **thamani yako** , **sauti yako** , na **utambulisho wako** .

Leo, tambua uwongo. Ing'oe. Ibadilishe na ukweli. Kweli ya Mungu si tendaji—ni ya ukombozi.

Maswali ya Tafakari:

1. Ni mawazo gani ya mara kwa mara ambayo yamezuia ukuaji wako au kuiba furaha yako?
2. Je, unaweza kutambua uwongo huo ulianza wapi na lini?

Tamko la Maombi:

Yesu, ulikuja kunipa uzima tele. Ninakataa kila uwongo unaosema kwamba sina thamani au sitakiwi. Ninang'oa uwongo huu na kupokea ukweli Wako: Ninapendwa, nina thamani, na nimeumbwa kwa kusudi. Niponye kutoka ndani hadi nje. Amina.

Mwongozo wa Jarida:

Orodhesha uwongo 3 ambao umeamini kukuhusu. Kisha, kando ya kila mmoja wao, andika kweli kutoka katika Neno la Mungu inayoikanusha.

Vidokezo:

SIKU YA 3: Wakati Upendo Ukiondoka

Maandiko (NLT):

"Bwana yu karibu nao waliovunjika moyo, huwaokoa waliopondeka roho." — Zaburi 34:18

Hadithi ya Michael:

Yeye ndiye alifikiri angebaki. Mkewe alipotoka nje, alichukua zaidi ya nguo zake—alichukua sehemu ya mwisho ya imani yake. *"Umeharibiwa sana,"* alisema. Kuondoka kwake kulionekana kama uthibitisho wa kila kitu alichoogopa ni kweli.

Hadithi ya Grace:

Grace alipatwa na mzuka na mchumba wake wiki chache kabla ya harusi yao. Hakuna maelezo. Kimya tu. Alijilaumu—mwonekano wake, utu wake, maisha yake ya zamani. Alihisi kutupwa kama kosa hakuna aliyetaka kudai.

Maarifa ya Ibada:

Majeraha machache hupita zaidi kuliko kuachwa na mtu ambaye aliahidi kukaa. Lakini ukweli ndio huu: **Mungu si yule anayeondoka kamwe.** Hachoki machozi yako. Yeye haondoi wakati hauko katika ubora wako.

Moyo wako unaweza kuvunjika, lakini hauwezi kurekebishwa. Watu wanapoondoka, Mungu huegemea ndani. Yeye huikaribia roho yako iliyopondeka—sio kukuhurumia, bali **kukuokoa na** kukurejesha.

Maswali ya Tafakari:

1. Ni nani aliyeenda mbali nawe, na hilo lilifanyaje kujistahi kwako?
2. Je, ni kwa njia zipi bado unabeba kuachwa huko leo?

Tamko la Maombi:

Bwana, ninakupa uchungu wa watu walioenda mbali. Ninaweza kuhisi nimeachwa, lakini siko peke yangu kamwe. Kuwa karibu nami katika kuvunjika kwangu. Uniokoe kwa upendo wako na ujenge upya kile kilichopotea. Amina.

Mwongozo wa Jarida:

Andika barua ya maombi kwa Mungu kuhusu uhusiano ambao ulikuumiza sana. Uwe mwaminifu—kisha umruhusu azungumze na moyo wako.

Vidokezo:

SIKU YA 4: Niaibishe

Maandiko (AMP):

“Badala ya aibu yenu [ya zamani] mtapata sehemu maradufu.” — Isaya 61:7a.

Hadithi ya Michael:

Michael alichukia kwenda kwenye hafla za familia. Kila mtu mwingine alikuwa "akifanya vyema." Bado alikuwa akijaribu kurekebisha hali yake ya zamani—kupoteza kazi, ndoa iliyofeli, madeni. Kutazama, ukimya, huruma - yote yalipiga kelele *za aibu.*

Hadithi ya Grace:

Aibu iliishi mabegani mwa Grace kama kivuli. Unyanyasaji wa kingono, uchumba uliovunjika, maamuzi mabaya—aliamini kwamba alivaa kama herufi nyekundu. Hata alipotabasamu, nafsi yake ilinong'ona, *"Wanajua."*

Maarifa ya Ibada:

Aibu haitoki kwa Mungu. Hatia inasema, "Nilifanya kitu kibaya." Aibu inasema, "Mimi *ni* kitu kibaya." Yesu alibeba yote mawili pale msalabani—hatia yako na aibu yako.

Ahadi ya Mungu katika Isaya 61:7 si faraja isiyoeleweka. Ni **tangazo la fidia ya Mungu** . Kwa aibu yako, Yeye huwapa heshima. Kwa kukataliwa Yeye hutoa mali. Kwa maumivu, Yeye hutoa kusudi.

Sio lazima kuvaa aibu siku nyingine.

Maswali ya Tafakari:

1. Ni kumbukumbu gani au kosa gani bado linakufanya uhisi aibu?
2. Je, itakuwaje kuishi kama kwamba umesamehewa kweli?

Tamko la Maombi:

Mungu, naweka aibu. Mimi si kile nilichotendewa au kile nimefanya—mimi ni vile Unasema nilivyo. Nivike hadhi. Rejesha utambulisho wangu. Ninapokea sehemu Yako maradufu ya uponyaji na heshima. Amina.

Mwongozo wa Jarida:

Eleza jambo moja ambalo umeficha kwa sababu ya

aibu. Kisha andika uhuru ungejisikia kama uzito huo ungeondoka.

Vidokezo:

SIKU YA 5: Sauti Ndani

Maandiko (NLT):

“Kwa maana sisi tu kazi kuu ya Mungu, ambaye ametuumba upya katika Kristo Yesu, ili tuweze kufanya mambo mema aliyotupangia tangu zamani. - Waefeso 2:10

Hadithi ya Michael:

Michael mara nyingi alisikia sauti mbaya ya baba yake kichwani mwake: *"Hautawahi kuwa chochote."* Hata alipokuwa mtu mzima, sauti hiyo iliendesha maamuzi yake—na kuzama uwezo wake.

Hadithi ya Grace:

Sauti ya ndani ya Grace ilirudia kila neno la kikatili lililokuwa likisemwa juu yake. Hata watu walipomsifu, akili yake ingenong’ona, *“Hawamaanishi kabisa.”* Aliharibu baraka, akihofia kunyang'anywa.

Maarifa ya Ibada:

Sisi sote hubeba masimulizi ya ndani - maandishi yaliyoandikwa kwa kukataliwa, kiwewe, hofu. Lakini leo, Mungu anaandika upya hadithi yako. Wewe sio kosa. Wewe sio wastani. Hutakiwi.

Wewe ni **Kito Chake** . Uliumbwa kwa nia, umeoshwa kwa neema, na ulikusudiwa kwa ukuu.

Ni wakati wa kunyamazisha mkosoaji na kukuza sauti ya Muumba.

Maswali ya Tafakari:

1. Je, bado unasikia sauti ya nani ikirudia kukataliwa au kukosolewa?
2. Ni kweli gani kutoka katika Neno la Mungu unahitaji kusema kwa sauti zaidi?

Tamko la Maombi:

Baba, nyamazisha kila sauti inayosema kinyume na thamani yangu. Ninachagua kuamini unachosema kunihusu. Mimi ni Kito Chako. Ninatosha. Niliumbwa kwa makusudi, kwa makusudi. Amina.

Mwongozo wa Jarida:

Andika orodha ya “Mimi ndimi” kulingana na Neno la Mungu (kwa mfano, nimechaguliwa, ninapendwa, ni mzima…). Ichapishe mahali fulani inayoonekana.

Vidokezo:

SIKU YA 6: Kukumbatiwa kwa Baba

Maandiko (NLT):

" Basi akarudi nyumbani kwa baba yake; naye alipokuwa angali mbali, baba yake akamwona anakuja, akajawa na upendo na huruma, akamkimbilia mwanawe, akamkumbatia na kumbusu."
— Luka 15:20

Hadithi ya Michael:

Mikaeli alikuwa mbali na Mungu—akiongozwa na uchungu na lawama. Lakini usiku mmoja, akiwa amevunjika moyo na amechoka, alinong'ona na kuomba, *"Ikiwa bado ungalipo…"* Kilichofuata haikuwa hukumu bali ni hali ya amani isiyoweza kukanushwa.

Hadithi ya Grace:

Grace aliwazia Mungu kama baba yake wa kidunia—akiwa amevunjika moyo. Lakini katika ibada, wimbo ulisema, *"Yeye ni Baba mwema, mwema."* Machozi yalidondoka kama ukweli mpya ulipotokea: *Mungu ananitaka… hata sasa.*

Maarifa ya Ibada:

Hadithi ya mwana mpotevu sio tu kuhusu toba—ni kuhusu **Baba ambaye anaendesha** . Mungu hangojei tu; Anatazama. Hapendezwi na mihadhara lakini **anakumbatia** .

Unaweza kujiona hufai, umeenda mbali sana, umeharibika sana—lakini Baba yako anakuona. Anakutaka nyumbani. Acha mikono yake iwe mahali uponyaji wako unapoanzia.

Maswali ya Tafakari:

1. Je, unamwona Mungu kuwa Baba mwenye upendo au mtu wa mbali?
2. Je, una hofu gani kuhusu kukumbatiwa kikamilifu Naye?

Tamko la Maombi:

Baba, mimi naja kwako kama nilivyo. Nikimbie, unishike, niponye. Ninaweka hofu na kupokea kumbatio Lako. Wewe si kama wale walioondoka—Wewe ni mwaminifu, mkarimu, na mwenye upendo. Amina.

Mwongozo wa Jarida:

Andika barua kana kwamba Mungu anazungumza nawe kama mtoto Wake mpendwa. Anza na, *“Mwana/binti yangu wa thamani…”*

Vidokezo:

SIKU YA 7: Inastahili Kusubiri

Maandiko (AMP):

" Kwa hiyo Bwana anangoja [kwa kutazamia] na kutamani sana kuwafadhili, na kwa hiyo anangoja juu ili kuwahurumia." — Isaya 30:18

Hadithi ya Michael:

Mikaeli alifikiri Mungu amemsahau. Miaka mingi ya maombi yasiyojibiwa ilimfanya afa ganzi. Lakini Mungu hakuwa anampuuza—Alikuwa akimtayarisha. Kilichoonekana kama kuchelewa ni wakati wa kimungu.

Hadithi ya Grace:

Grace alishangaa kwa nini maombi yake ya kupendwa na kukubalika yalionekana kutojibiwa. Polepole, Mungu alifichua: *"Sikupi tu unachotaka, ninakuweka tayari kwa kile unachohitaji."*

Maarifa ya Ibada:

Ukimya wa Mungu sio kutokuwepo. Wakati mwingine Yeye hungoja—sio kuadhibu, bali kuweka **nafasi** .

Kuchelewa kwake sio kukataa - ni ishara ya upendo wa kina, wa kukusudia.

Hujasahaulika. Unastahili **kusubiri** . Na kile ambacho Mungu anacho kwako kitakuwa kikubwa zaidi kuliko kile ambacho kukataliwa kulijaribu kuiba.

Maswali ya Tafakari:

1. Je, ni ucheleweshaji gani umekufanya utilie shaka thamani yako?
2. Je, unaweza kuamini wakati wa Mungu hata wakati unahisi polepole?

Tamko la Maombi:

Bwana, nimechagua kukutumainia katika kungoja. Nisaidie nisichanganye ukimya na kutokuwepo. Nitayarishe, nisafishe, na wakati ufaao—unirudishe. Amina.

Mwongozo wa Jarida:

Andika kuhusu kitu ambacho umekuwa ukingojea. Kisha andika itakavyomaanisha kumwamini Mungu kwa matokeo.

Vidokezo:

SIKU YA 8: Ukweli Kuhusu Wewe

Maandiko (NLT):

"Si ninyi mlionichagua mimi, mimi niliyewachagua ninyi, na mimi niliyewaweka mwende mkazae matunda ya kudumu." — Yohana 15:16

Hadithi ya Michael:

Michael alihisi kama mpango mbadala maishani—hakuwa chaguo la kwanza. Lakini aliposoma kwamba Yesu alikuwa amemchagua yeye binafsi, jambo fulani ndani yake lilibadilika. *"Mungu ananitaka,"* alinong'ona.

Hadithi ya Grace:

Grace alijiona kuwa "yule waliyemfanyia kazi." Lakini katika chumba chake tulivu, Mungu alimnong'oneza, *"Nilikuchagua kabla hawajakukataa."*

Maarifa ya Ibada:

Kabla ulimwengu haujasema *"hutoshi,"* Mungu

alisema *"wewe ni Wangu."* Ulichaguliwa—si kama wazo la pili, si kwa huruma—bali kwa nia na upendo.

Acha ukweli huo ukutie nanga leo: Umechaguliwa **na** Mbingu.

Maswali ya Tafakari:

1. Ni lini umewahi kuhisi kama wazo la baadaye katika maisha ya mtu?
2. Je, kujua Mungu alikuchagua kunabadilishaje jinsi unavyojiona?

Tamko la Maombi:

Yesu, asante kwa kunichagua. Sijasahaulika, kukataliwa, au kubahatisha. Mimi ni Wako. Nisaidie nitembee katika uhakika wa ukweli huo leo. Amina.

Mwongozo wa Jarida:

Andika maeneo 5 ya maisha yako ambapo sasa unachagua kuamini: *"Nimechaguliwa."*

Vidokezo:

SIKU YA 9: Kuvunja Mzunguko

Maandiko (AMP):

"Tazama, ninafanya jambo jipya; sasa linachipuka; je, hamlijui?" — Isaya 43:19

Hadithi ya Michael:

Michael alitambua kwamba alikuwa akirudia kile alichokua nacho—umbali wa kihisia-moyo, kutoaminiana, kuteseka kimyakimya. Lakini siku moja, alisema, *"Hii inaisha na mimi."*

Hadithi ya Grace:

Grace alikuwa amesukuma mbali kila uhusiano mzuri kwa sababu maumivu yalikuwa ya kawaida zaidi kuliko mapenzi. Hadi hatimaye akasema, *"Hapana tena. Ninastahili kupendwa kweli."*

Maarifa ya Ibada:

Kukataliwa mara nyingi hujirudia-isipokuwa tukiikomesha. Mungu anakupa uwezo wa **kuvunja mizunguko** . Kilichokuumiza hutakuwa na neno la mwisho. Ni nini kilikudhuru hautakufafanua.

Wewe sio historia yako. Wewe ni mwanzo mpya wa Mungu.

Maswali ya Tafakari:

1. Je, ni mifumo gani katika maisha yako inayotokana na kukataliwa?
2. Je, uko tayari kuchagua uponyaji, hata wakati unaona kuwa haujui?

Tamko la Maombi:

Mungu, nakushukuru kwa kuwa sifungwi na yaliyopita. Vunja kila mzunguko wa kukataliwa, woga, na kutoaminiana ndani yangu. Ninatangaza: hii inaisha na mimi, na uponyaji huanza leo. Amina.

Mwongozo wa Jarida:

Eleza muundo wa kizazi au tabia ya kibinafsi ambayo uko tayari kuvunja. Je, ni "jambo gani jipya" unaloamini kwamba Mungu anataka kulianzisha?

Vidokezo:

SIKU YA 10: Nguvu ya Kusamehe

Maandiko (NLT):

"Msameheaneni ninyi kwa ninyi, na msamehe yeyote aliyewakosea, kumbukeni kwamba Bwana aliwasamehe ninyi, nanyi mnapaswa kuwasamehe wengine. — Wakolosai 3:13

Hadithi ya Michael:

Michael hakutaka kumsamehe baba yake. Lakini kushika hasira kulimfanya ajifunge tu. Msamaha haukuwa wa kusahau—ilikuwa ni kujikomboa kutoka katika gereza la maumivu.

Hadithi ya Grace:

Hatimaye Grace alimsamehe rafiki yake aliyemsaliti—si kwa sababu alistahili, bali kwa sababu Grace alihitaji amani. Msamaha ukawa njia yake ya uhuru.

Maarifa ya Ibada:

Msamaha si hisia—ni **chaguo** . Sio kukataa maumivu

lakini tamko kwamba maumivu hayatatawala maisha yako tena.

Husamehe kilichotokea. Unajifungua ili kusonga mbele .

Maswali ya Tafakari:

1. Je, unahitaji kumsamehe nani ili upone?
2. Ni nini kinakuzuia kuacha kabisa?

Tamko la Maombi:

Bwana, ninachagua kusamehe—si kwa sababu wanastahili, lakini kwa sababu ninatamani uponyaji. Nikomboe kutoka kwa uchungu, na unifundishe kupenda tena. Katika jina la Yesu, amina.

Mwongozo wa Jarida:

Andika barua ya msamaha. Kuwa mwaminifu. Kisha uombee na kumwachilia mtu huyo mikononi mwa Mungu.

Vidokezo:

SIKU YA 11: Kuandika Upya Simulizi

Maandiko (NLT):

"Hii ina maana kwamba mtu yeyote aliye wa Kristo amekuwa mtu mpya. Maisha ya kale yamepita, maisha mapya yameanza!" — 2 Wakorintho 5:17

Hadithi ya Michael:

Michael kila mara alijiona kuwa amevunjika, mwenye dosari, na asiyestahili. Lakini alipojifunza Neno la Mungu, alianza kuandika hadithi mpya kujihusu—iliyotegemea ukweli, si mshtuko.

Hadithi ya Grace:

Grace alikua akiambiwa "alikuwa na hisia nyingi sana," "sana." Kwa miaka mingi alijaribu kujipunguza. Lakini Mungu alinong'ona, *"Wewe ni sawa machoni pangu."*

Maarifa ya Ibada:

Kukataa huandika maandiko ya uongo: *haipendi, haitoshi, imeharibiwa.* Lakini unapomkubali Kristo, unapewa **utambulisho mpya** . Neno la Mungu linakuwa andiko lako jipya.

Wewe si vile wengine walivyokufanyia. Wewe sio walichosema juu yako. Wewe ni **kipaji cha Mungu kinachoendelea.**

Maswali ya Tafakari:

1. Je, ni majina gani ya uwongo au lebo ambazo umeamini kukuhusu?
2. Je, Mungu anasema nini kuhusu wewe ni nani hasa?

Tamko la Maombi:

Bwana, ninasalimisha uwongo ambao nimeishi chini yake. Ninapokea jina langu jipya, utambulisho wangu mpya, maisha yangu mapya ndani Yako. Nisaidie kuishi kama mtu uliyeniumba niwe. Amina.

Mwongozo wa Jarida:

Andika imani tatu za uwongo ambazo umeshikilia kukuhusu. Kisha andika andiko au ukweli ili kupinga kila moja.

Vidokezo:

SIKU YA 12: Hauko Peke Yako

Maandiko (AMP):

"Kwa maana yeye [Mungu] mwenyewe amesema, Sitakupungukia kabisa, wala sitakuacha, wala sitakuacha usiwe na tegemezo…" (Waebrania 13:5b)

Hadithi ya Michael:

Michael alifikiri kwamba alipaswa kupigana kila vita peke yake. Lakini polepole alianza kuhisi uwepo wa Mungu katika nyakati tulivu—kutoondoka kamwe, kutokuacha kamwe.

Hadithi ya Grace:

Neema alikuwa akilia peke yake gizani akidhani hakuna aliyemwona. Usiku mmoja alisoma mstari huo na kutambua: *"Mungu alikuwapo sikuzote.*

Maarifa ya Ibada:

Upweke ni moja ya uwongo mkubwa wa kukataliwa. Lakini ukweli ni kwamba **Mungu yuko pamoja nawe** —katika ukimya, katika maumivu, mahali pasipojulikana.

Yeye ni Emanueli, *Mungu pamoja nasi* , sio tu katika nyakati nzuri, lakini katika kila mahali palipovunjika.

Maswali ya Tafakari:

1. Umewahi kuamini kuwa uko peke yako kweli?
2. Ni kwa njia gani unaweza kuwa na ufahamu zaidi wa uwepo wa Mungu pamoja nawe?

Tamko la Maombi:

Mungu, asante kwa kutoniacha kamwe. Hata nilipojisikia peke yangu, Wewe ulikuwepo. Fungua macho yangu nikuone katika kila msimu. Amina.

Mwongozo wa Jarida:

Tafakari wakati ulifikiri uko peke yako, lakini kwa mtazamo wa nyuma, tambua Mungu alikuwapo. Eleza kumbukumbu hiyo na ilikufundisha nini.

Vidokezo:

SIKU YA 13: Kupendwa Bila Masharti

Maandiko (NLT):

"Lakini Mungu alionyesha pendo lake kuu kwetu kwa kumtuma Kristo afe kwa ajili yetu tulipokuwa tungali wenye dhambi." - Warumi 5:8

Hadithi ya Michael:

Michael kila mara alihisi lazima apate upendo—kupitia utendaji, ukamilifu, na kujifanya. Aliposhindwa, alitarajia kukataliwa. Lakini upendo wa Mungu haukuyumba.

Hadithi ya Grace:

Neema alijaribu kujirekebisha kabla ya kuja kwa Mungu. Kisha siku moja aligundua, *"Alinipenda tayari ... kabla sijapata pamoja."*

Maarifa ya Ibada:

Upendo wa Mungu hautegemei ukamilifu wako—umekitwa katika **neema Yake** . Unapendwa katika siku yako mbaya zaidi kama vile unavyopenda.

Hakuna unachoweza kufanya ili kumfanya Mungu akupende zaidi—na hakuna kitu ambacho umefanya ambacho kinamfanya akupende kidogo.

Maswali ya Tafakari:

1. Umejaribu kwa njia gani "kujipatia" upendo—kutoka kwa watu au kwa Mungu?
2. Je, unaweza kupokea upendo hata unapohisi kuwa hufai?

Tamko la Maombi:

Baba, nakushukuru kwa kunipenda bila masharti. Nisaidie niache kujitahidi na nianze kupumzika katika upendo wako mkamilifu. Ninaipokea leo kwa moyo wazi. Amina.

Mwongozo wa Jarida:

Andika barua kutoka kwa Mungu kwako inayoanza, *"Nakupenda kwa sababu…"* Acha itiririke kwa uaminifu na neema.

Vidokezo:

SIKU YA 14: yenye Mizizi, Haijakataliwa

Maandiko (NLT):

"Mizizi yenu na ikue ndani yake, na maisha yenu yajengwe juu yake." - Wakolosai 2:7a

Hadithi ya Michael:

Mara nyingi Michael alitegemeza utambulisho wake juu ya maoni ya watu—mema au mabaya. Lakini alipojikita katika Kristo, alipata uthabiti ambao hakuwahi kujua aliuhitaji.

Hadithi ya Grace:

Neema alikuwa akimbadilisha yeye ni nani kwa kutegemea na mtu aliye karibu naye. Lakini alianza kukua alipojiuliza, *"Mimi ni nani wakati ni mimi na Mungu tu?"*

Maarifa ya Ibada:

Wakati utambulisho wako unatokana na kukataliwa, maisha huhisi kutokuwa na utulivu. Lakini unapotia nanga thamani yako katika Kristo, dhoruba huja—lakini hazikutikisishi.

Acha mizizi yako ikue ndani kabisa ya upendo na ukweli wa Mungu. Hapo ndipo utapata **usalama** na **nguvu** .

Maswali ya Tafakari:

1. Umekuwa ukipanda wapi utambulisho wako—Neno la Mungu au kibali cha watu?
2. Ni mazoea gani yanaweza kukusaidia kubaki na mizizi katika Kristo?

Tamko la Maombi:

Bwana, nipande sana ndani yako. Ninakataa udongo usio na kina wa kupendeza watu na kulinganisha. Acha mizizi yangu ikue imara katika ukweli wako. Amina.

Mwongozo wa Jarida:

Unda orodha ya "ukweli wa mizizi" -maandiko ya msingi au uthibitisho unaokukumbusha wewe ni nani katika Kristo.

Vidokezo:

SIKU YA 15: Kutoka Kovu hadi Hadithi

Maandiko (NLT):

"Mlikusudia kunidhuru, lakini Mungu alikusudia yote kuwa mema, alinileta katika nafasi hii ili kuokoa maisha ya watu wengi." — Mwanzo 50:20

Hadithi ya Michael:

Jeraha kubwa zaidi la Michael likawa ujumbe wake mkuu. Sasa anawasaidia wengine kuponya majeraha ya baba, akiwakumbusha, *"Ikiwa Mungu angeweza kuniponya, anaweza kukuponya."*

Hadithi ya Grace:

Grace alianzisha blogu kuhusu uponyaji kutoka kwa usaliti. Kilichowahi kumnyamazisha sasa kilimpa sauti. Kovu lake likawa ishara ya mtu mwingine ya kutumaini.

Maarifa ya Ibada:

Makovu yako si ya aibu—ni **ushahidi wa kuokoka** . Mungu hapotezi maumivu. Anaibadilisha. Uponyaji wako unakuwa mwanga kwa wengine.

Hurudishwi kwa ajili yako tu—lakini kwa kila mtu hadithi yako itagusa.

Maswali ya Tafakari:

1. Ni matukio gani yenye uchungu ambayo Mungu anaweza kutaka kutumia kuwasaidia wengine?
2. Je, uko tayari kumruhusu kugeuza makovu yako kuwa hadithi za ukombozi?

Tamko la Maombi:

Bwana, asante kwa kutumia maumivu yangu. Ninakutolea jeraha zangu—zikomboe kwa utukufu wako. Fanya uponyaji wangu kuwa nuru kwa wengine. Amina.

Mwongozo wa Jarida:

Andika ushuhuda wako katika ukurasa mmoja—

maisha yalivyokuwa hapo awali, nini kilifanyika, na jinsi Mungu anavyokuponya sasa.

Vidokezo:

SIKU YA 16: Uponyaji Kupitia Msamaha

Maandiko (AMP):

"Iweni wafadhili ninyi kwa ninyi, wenye huruma [huruma, uelewaji], mkisameheana [utayari na kwa hiari], kama na Mungu katika Kristo alivyowasamehe ninyi." - Waefeso 4:32

Hadithi ya Michael:

Michael alikuwa na hasira dhidi ya mama yake kwa miaka. Lakini alitambua kwamba kutosamehe kulikuwa kuhatarisha maisha yake ya baadaye. Kumwachilia hakukubadili yaliyopita—lakini kuliponya moyo wake.

Hadithi ya Grace:

Grace alimsamehe mtu ambaye hakuwahi kuomba msamaha. Alijifunza kwamba msamaha haukuwa kwa ajili ya uhuru wao—ni kwa ajili yake.

Maarifa ya Ibada:

Kutosamehe ni uzito unaoweka kukataliwa mizizi.

Lakini unaposamehe, unaivunja minyororo iliyokufunga zamani.

Msamaha sio kusema *"Ilikuwa sawa"* . Inasema *"Ninakufungua ili niwe huru."*

Maswali ya Tafakari:

1. Je, kuna mtu ambaye umejitahidi kumsamehe? Kwa nini?
2. Moyo wako ungejisikiaje bila mzigo huo?

Tamko la Maombi:

Bwana, ninachagua kusamehe. Ninaachilia maumivu, hasira, hitaji la kulipiza kisasi. Ninakutumaini wewe kuleta haki na uponyaji. Niweke huru, katika jina la Yesu. Amina.

Mwongozo wa Jarida:

Andika barua ya msamaha (huna haja ya kuituma). Mimina moyo wako na achilia kile ambacho kimekufunga.

Vidokezo:

SIKU YA 17: Kukumbatia Upendo wa Baba

Maandiko (NLT):

"Ona jinsi Baba yetu anavyotupenda sana, kwa maana anatuita sisi watoto wake, na ndivyo tulivyo!" – 1 Yohana 3:1a

Hadithi ya Michael:

Mikaeli alikuwa na baba wa kidunia wa mbali, kwa hiyo alifikiri kwamba Mungu ni yuleyule. Lakini baada ya muda, aligundua Baba wa Mbinguni ambaye alikaa, kusikiliza, na kupenda.

Hadithi ya Grace:

Grace hakuwahi kumjua baba yake. Lakini asubuhi moja katika ibada, alihisi mikono ikimzunguka—ingawa hakukuwa na mtu. Alijua: *"Huyo alikuwa Abba Baba."*

Maarifa ya Ibada:

Upendo wa Baba hufafanua upya kukataliwa. Ambapo wengine walitembea, Mungu anabaki. Pale ambapo wengine hawakukuangalia, Mungu alikuchagua wewe.

Wewe si yatima. Unakubaliwa , **unakubaliwa na kuabudiwa** .

Maswali ya Tafakari:

1. Je, una maoni gani kuhusu Mungu Baba? Je, inaonyesha ukweli—au majeraha ya zamani?
2. Maisha yako yangebadilika vipi ikiwa ungeishi kama mtoto unayempenda?

Tamko la Maombi:

Baba, nisaidie kupokea upendo Wako—sio kama wazo, bali kama ukweli. Ponya sura yangu ya Wewe. Acha nipumzike katika kumbatio lako. Amina,

Mwongozo wa Jarida:

Andika ingizo la shajara kana kwamba Mungu ndiye Baba yako mkamilifu anayezungumza nawe moja kwa moja.

Vidokezo:

SIKU YA 18: Kurejesha Kujithamini

Maandiko (NLT):

"Asante kwa kunifanya niwe tata sana! — Zaburi 139:14

Hadithi ya Michael:

Michael hakuwahi kuhisi "kutosha." Lakini alipojifunza jinsi Mungu alivyomuumba kimakusudi, aliacha kujaribu kuwa mtu mwingine na kukumbatia jinsi alivyo.

Hadithi ya Grace:

Grace alijitazama kwenye kioo na kusema, *"Mimi sio makosa yangu."* Wakati huo alianza safari yake ya kurudi kujiheshimu.

Maarifa ya Ibada:

Kukataliwa kunaharibu jinsi unavyojiona. Lakini ukweli wa Mungu hujenga upya thamani yako. Huwezi kutupwa. Wewe ni **wa ajabu, wa kukusudia, na wa thamani** .

Maswali ya Tafakari:

1. Je, ni uongo gani umeamini kuhusu thamani yako?
2. Zaburi ya 139 inafunua nini kuhusu jinsi Mungu anavyokuona?

Tamko la Maombi:

Mungu, nirudishie thamani yangu. Nifundishe kupenda ulichoumba—mimi. Nyamazisha sauti ya aibu, na niruhusu nisikie furaha Yako badala yake. Amina.

Mwongozo wa Jarida:

Orodhesha vitu 5 unavyopenda (au unataka kupenda) kukuhusu wewe mwenyewe—mwili, akili, nafsi, au roho.

Vidokezo:

SIKU YA 19: Kujenga Mipaka yenye Afya

Maandiko (AMP):

"Zaidi ya yote linda moyo wako, maana kila ufanyalo hutoka humo." — Mithali 4:23

Hadithi ya Michael:

Michael daima alisema "ndiyo" ili kuepuka kukataliwa. Lakini aliishia kuishiwa nguvu, uchungu, na kuchoka. Kujifunza kusema "hapana" lilikuwa jambo la upendo zaidi alilowahi kufanya.

Hadithi ya Grace:

Neema aliwaacha watu watembee juu yake—mpaka alipogundua kuwa wema wake haukuwa udhaifu, bali ulihitaji ulinzi. Aliweka mipaka na kupata amani.

Maarifa ya Ibada:

Uponyaji unamaanisha kujifunza **kulinda moyo wako** . Mipaka sio kuta za kuwazuia watu wasiingie—ni milango inayolinda amani yako na kuheshimu thamani yako.

Mipaka inasema: "*Ninakupenda na ninanipenda pia.*"

Maswali ya Tafakari:

1. Ni wapi katika maisha yako unahitaji mipaka bora?
2. Je, kuna mahusiano ambapo hofu ya kukataliwa imekufanya uvunje amani yako?

Tamko la Maombi:

Bwana, nisaidie kukuheshimu kwa kujiheshimu. Nifundishe kusema hapana inapohitajika na ndiyo inapofaa. Nipe nguvu ya kuweka mipaka kwa upendo. Amina.

Mwongozo wa Jarida:

Chora ramani ya mipaka ya kibinafsi—ni nini kibaya, kisicho sawa, na unachohitaji ili kujisikia salama na mzima.

Vidokezo:

SIKU YA 20: Kusimama katika Utambulisho Wako Mpya

Maandiko (AMP):

"Basi mtu akiwa ndani ya Kristo [yaani, kupandikizwa, na kuunganishwa naye kwa imani katika Yeye kama Mwokozi] amekuwa kiumbe kipya [aliyezaliwa upya na kufanywa upya na Roho Mtakatifu]... " 2 Wakorintho 5:17

Hadithi ya Michael:

Michael hakujitambulisha tena kama "mtu mwenye matatizo." Alisema, *"Nimekombolewa, nimerejeshwa, na niko kwenye misheni."*

Hadithi ya Grace:

Grace aliacha kucheza ndogo. Aliingia vyumbani akijua kuwa alichaguliwa—si kwa sababu ya yeye alikuwa—lakini kwa sababu ya *yeye* ni nani.

Maarifa ya Ibada:

Kukataliwa kulijaribu kufafanua utambulisho wako.

Lakini **ukombozi huiandika tena** . Hujavunjwa, kukataliwa, au kusahaulika.

Wewe ni mtoto wa Mungu—umerejeshwa, umefanywa upya, na unang'aa.

Maswali ya Tafakari:

1. Je, unaweza kuelezeaje utambulisho wako sasa?
2. Ni mazoea gani ya kila siku hukusaidia kusimama imara katika utambulisho wako mpya?

Tamko la Maombi:

Yesu, ninaingia kikamilifu katika utambulisho ambao umenipa. Ninaacha nyuma kila lebo ya uwongo na kutembea kwa ujasiri kama mpendwa Wako. Acha maisha yangu yaangaze utukufu wako. Amina.

Mwongozo wa Jarida:

Tangaza utambulisho wako katika Kristo katika aya moja. Iseme kwa ujasiri na uiweke mahali unapoweza kuisoma kila siku.

Vidokezo:

SIKU YA 21: Kurudisha Sauti Yako

Maandiko (NLT):

"Ulimi unaweza kuleta kifo au uzima; wale wanaopenda kuzungumza watavuna matokeo." — Mithali 18:21

Hadithi ya Michael:

Michael alikuwa amejinyamazisha ili kuweka amani. Lakini alitambua sauti yake ilikuwa na thamani. Ushuhuda wake ulianza kuwaweka wengine huru alipoanza kusema.

Hadithi ya Grace:

Grace huwaacha wengine wamsemeze. Lakini siku aliposimulia hadithi yake hadharani, alilia—si kwa sababu ya aibu, bali uponyaji.

Maarifa ya Ibada:

Kukataliwa mara nyingi hutuibia sauti yetu. Lakini uponyaji hurejesha. Hadithi yako ni muhimu. Sauti yako imebeba nguvu na uponyaji—kwa ajili yako na wengine.

Huna sauti tena. Wewe ni *mjumbe wa matumaini* .

Maswali ya Tafakari:

1. Je, umenyamazisha sauti yako kwa hofu au kukataliwa hapo awali?
2. Je, safari yako ya uponyaji imekuwezesha kushiriki ujumbe gani?

Tamko la Maombi:

Baba, nisaidie kusema maisha. Rejesha sauti yangu na unipe ujasiri wa kushiriki kile Umefanya. Acha hadithi yangu ilete uhuru kwa wengine. Amina.

Mwongozo wa Jarida:

Andika toleo fupi la ushuhuda wako—ulichotoka na mahali ambapo Mungu anakuongoza.

Vidokezo:

SIKU YA 22: Kukomboa Makosa Ya Zamani

Maandiko (AMP):

"Nasi twajua [kwa ujasiri mkubwa] kwamba Mungu [anayetujali sana] hufanya vitu vyote vifanye kazi pamoja [kama mpango] kwa wema..." (Warumi 8:28)

Hadithi ya Michael:

Michael aliamini maisha yake ya nyuma yalimkosesha sifa. Lakini Mungu alitumia kushindwa kwake kama msingi wa wito wake.

Hadithi ya Grace:

Grace alifikiri historia yake ya mahusiano yaliyovunjika ilimfanya asiweze kutumika. Lakini Mungu aligeuza maumivu yake kuwa huduma ya uponyaji kwa wengine.

Maarifa ya Ibada:

Kukataliwa mara nyingi hutuacha tukiwa na majuto.

Lakini Mungu hapotezi chochote—hata kushindwa kwetu. Yeye hukomboa, kurejesha, na kuandika upya hadithi zetu.

Hakuna kisichozidi neema yake.

Maswali ya Tafakari:

1. Ni makosa gani ya zamani ambayo bado yanakuletea aibu?
2. Je, Mungu anawezaje kutaka kutumia matukio hayo kwa ajili ya utukufu Wake?

Tamko la Maombi:

Bwana, asante kwa kuwa hakuna kitu kinachonizuia kutoka kwa upendo wako. Komboa maisha yangu ya zamani. Tumia hadithi yangu kwa uzuri na ufanye uzuri kutoka kwa kuvunjika kwangu. Amina.

Mwongozo wa Jarida:

Tafakari majuto moja kutoka kwa maisha yako ya zamani. Mwombe Mungu akuonyeshe jinsi anavyoikomboa.

Vidokezo:

SIKU YA 23: Kupokea Amani ya Ndani

Maandiko (NLT):

"Ninakuacha na zawadi - amani ya akili na moyo, na amani ninayotoa ni zawadi ambayo ulimwengu hauwezi kutoa." - Yohana 14:27

Hadithi ya Michael:

Michael alisumbuliwa na wasiwasi na kubahatisha. Lakini mbele za Mungu, alipata utulivu uliomtia nanga.

Hadithi ya Grace:

Grace aliwahi kukaa bize kukwepa ukimya. Lakini hatimaye alipopunguza mwendo, amani ikampata.

Maarifa ya Ibada:

Kukataliwa kunaleta msukosuko wa ndani—lakini Yesu anatoa amani ya ndani. Amani sio kutokuwepo kwa mzozo - ni uwepo wa Kristo.

Uko salama ndani yake.

Maswali ya Tafakari:

1. Ni nini kinachoiba amani yako mara nyingi?
2. Unaweza kufanya nini ili kutengeneza nafasi ya kupokea amani ya Mungu kila siku?

Tamko la Maombi:

Yesu, uwe amani yangu. Tuliza kila dhoruba ndani yangu. Acha utulivu wako uwe anga yangu. Ninapokea amani ambayo Wewe pekee unaweza kutoa. Amina.

Mwongozo wa Jarida:

Eleza muda wiki hii ulipojisikia amani. Ni nini kilichangia wakati huo?

Vidokezo:

SIKU YA 24: Kukuza Jumuiya ya Kusaidia

Maandiko (AMP):

"Wawili ni afadhali kuliko mmoja; kwa maana mmoja wao akianguka, mmoja atamwinua mwenzake." – Mhubiri 4:9–10a

Hadithi ya Michael:

Michael alijaribu kuponya peke yake, lakini alishinda. Alipojiunga na kikundi cha wanaume, alipata nguvu katika mapambano ya pamoja.

Hadithi ya Grace:

Grace alikuwa na masuala ya uaminifu. Lakini kidogo kidogo, alifungua kundi la wanawake ambao wakawa ndio maisha yake.

Maarifa ya Ibada:

Kukataliwa kunatenga, lakini urejesho hufanyika katika jamii. Hukuumbwa kuishi peke yako.

Mahusiano salama, yanayosaidia ni sehemu ya mpango wa uponyaji wa Mungu kwa ajili yako.

Maswali ya Tafakari:

1. Je, una watu wanaokuinua kiroho na kihisia?
2. Ni hatua gani unaweza kuchukua ili kujenga uhusiano wa kimungu?

Tamko la Maombi:

Bwana, niongoze kwa watu wanaofaa. Nisaidie kupata na kulea jumuiya inayoakisi moyo Wako. Ponya hofu yangu ya ukaribu. Amina.

Mwongozo wa Jarida:

Orodhesha watu wanaounga mkono safari yako ya uponyaji. Andika kile unachoshukuru kuwahusu—au andika maombi kwa ajili ya miunganisho ya siku zijazo.

Vidokezo:

SIKU YA 25: Kutangaza Vita dhidi ya Aibu

Maandiko (NLT):

"Basi sasa hakuna hukumu ya adhabu juu yao walio wa Kristo Yesu." — Warumi 8:1

Hadithi ya Michael:

Mambo yaliyopita ya Michael yalimsumbua hadi alipopiga kelele siku moja, *"Mimi sio vile nilivyokuwa—mimi ni vile Anasema mimi!"* Aibu ilivunja maisha yake wakati huo.

Hadithi ya Grace:

Grace alivaa aibu kama ngozi ya pili—mpaka aliposimama mbele ya kioo na kusema, *"Nimejisamehe mwenyewe."* Kwa mara ya kwanza, alijisikia huru.

Maarifa ya Ibada:

Aibu inasema, *"Hufai."* Lakini Yesu anasema, *"Umesamehewa, unapendwa, na kufanywa upya."*

Huna budi kuishi kwa aibu tena. Msalaba una neno la mwisho.

Maswali ya Tafakari:

1. Ni sehemu gani za maisha yako bado zimelemewa na aibu?
2. Warumi 8:1 inatangaza ukweli gani juu yako?

Tamko la Maombi:

Yesu, nakataa aibu. Ninapokea msamaha wako na neema. Sijahukumiwa—mimi ni safi, mteule, na kamili ndani Yako. Amina.

Mwongozo wa Jarida:

Andika barua kwa nafsi yako ya zamani—iliyojaa upendo, neema, na uthibitisho.

Vidokezo:

SIKU YA 26: Kukumbatia Utambulisho Wako wa Kweli

Maandiko (AMP):

"Bali ninyi ni mzao mteule, ukuhani wa kifalme, taifa lililowekwa wakfu, watu [maalum] wa milki ya Mungu…" 1 Petro 2:9

Hadithi ya Michael:

Michael alikuwa amevaa lebo nyingi-kushindwa, kukatishwa tamaa, makosa. Lakini katika Kristo, aligundua alikuwa mrahaba, si kifusi.

Hadithi ya Grace:

Grace aliishi chini ya lebo zingine zilizowekwa juu yake. Lakini alipokubali utambulisho wake kama binti ya Mungu, sura yake ilibadilika.

Maarifa ya Ibada:

Kukataliwa kunajaribu kututaja—lakini Mungu tayari ametutaja. Anatuita *wateule, kupendwa, kamili, wake.* Wewe si zamani zako. Wewe si walivyosema.

Wewe ni yule *Anayesema* wewe.

Maswali ya Tafakari:

1. Je, ni lebo gani hasi ambazo umekubali kukuhusu?
2. Je, Mungu anasema nini kuhusu utambulisho wako?

Tamko la Maombi:

Baba, ninakataa kila utambulisho wa uwongo. Ninakubali ambaye Wewe unasema mimi—kupendwa, kuchaguliwa, na thamani. Acha utambulisho wangu uwe na mizizi ndani yako. Amina.

Mwongozo wa Jarida:

Andika tangazo la wewe ni nani katika Kristo. Sema kwa sauti kila asubuhi.

Vidokezo:

SIKU YA 27: Kutembea katika Msamaha

Maandiko (NLT):

"Msameheaneni makosa yenu… Kumbukeni, Bwana alikusamehe ninyi, kwa hiyo lazima msamehe wengine." — Wakolosai 3:13

Hadithi ya Michael:

Michael alimshikilia baba yake kwa uchungu. Lakini alipomwachilia kwa msamaha, uponyaji katika maisha yake uliharakisha.

Hadithi ya Grace:

Grace aliandika barua kwa mama yake ambaye hakuwahi kumthibitisha. Ingawa hakutuma kamwe, msamaha ulijaa moyo wake.

Maarifa ya Ibada:

Msamaha sio kuunga mkono uchungu—ni kuchagua uhuru badala ya utumwa. Huwezi kutembea katika urejesho huku ukibeba minyororo ya uchungu.

Msamaha ni kwa ajili *yako* .

Maswali ya Tafakari:

1. Ni nani bado unahitaji kusamehe—kweli?
2. Ni nini kinakuzuia kuiacha?

Tamko la Maombi:

Bwana, ninachagua kusamehe. Ninaachilia aliyejeruhiwa na mtu. Niponye majeraha yangu ninapokutii. Nipe neema ya kutembea katika uhuru. Amina.

Mwongozo wa Jarida:

Andika maombi ya msamaha kwa mtu aliyekuumiza sana.

Vidokezo:

SIKU YA 28: Kufuatia Kusudi kwa Ujasiri

Maandiko (NLT):

"Kwa maana sisi tu kazi ya ustadi wa Mungu, alituumba upya katika Kristo Yesu, ili tuweze kufanya mambo mema aliyopanga kwa ajili yetu..." Waefeso 2:10

Hadithi ya Michael:

Michael hakuwahi kufikiria Mungu angeweza kumtumia. Lakini sasa, yeye huwashauri vijana kutoka katika nyumba zilizovunjika—kama vile alivyokuwa hapo awali.

Hadithi ya Grace:

Grace alizindua kikundi cha msaada kwa wanawake wanaokabiliana na ukosefu wa usalama. Maumivu yake yakawa jukwaa lake.

Maarifa ya Ibada:

Mungu hatuponyi tu *kwa ajili yetu* . Anatuponya ili tuweze kusaidia kuponya wengine. Marejesho yako yameunganishwa na ya mtu mwingine.

Umetiwa *mafuta kwa athari.*

Maswali ya Tafakari:

1. Ni shauku gani imeibuka kutokana na maumivu yako?
2. Unawezaje kuanza kutumikia wengine kwa hadithi yako?

Tamko la Maombi:

Baba, tumia safari yangu kwa utukufu wako. Nionyeshe nani wa kumhudumia na jinsi gani. Acha maisha yangu yaangaze kwa kusudi. Amina.

Mwongozo wa Jarida:

Orodhesha njia tatu zako za zamani zinaweza kusaidia wengine leo. Utafanya nini wiki hii kuchukua hatua?

Vidokezo:

SIKU YA 29: Kuishi Mzima Bila Kutetereka

Maandiko (AMP):

"Utamlinda na kumweka katika amani kamilifu na ya daima ambaye moyo wake umekutegemea." —Isaya 26:3.

Hadithi ya Michael:

Michael alikuwa na hofu alipokataliwa. Sasa, kukataliwa kunamtoka—utambulisho wake umeimarishwa sana kuweza kusogezwa.

Hadithi ya Grace:

Neema haichochewi tena na kuachwa. Anajua yuko salama katika Mungu, na amani hiyo haiwezi kuibiwa.

Maarifa ya Ibada:

Ukamilifu sio ukamilifu. Ni amani katika dhoruba. Ukiwa umekita mizizi katika Kristo, kukataliwa kunaweza kubisha—lakini hakutakung'oa.

Wewe ni mzima. Huwezi kutikisika.

Maswali ya Tafakari:

1. Ni hali gani moja iliyokuwa ikikutikisa, lakini haifanyi tena?
2. Je, unashikilia nini maisha yanapoyumba?

Tamko la Maombi:

Bwana, ninapokea utimilifu wako. Acha amani yako ilinde moyo na akili yangu. Unifanye nisitikisike ndani Yako. Amina.

Mwongozo wa Jarida:

Andika kuhusu jinsi umebadilika tangu Siku ya 1 ya safari hii.

Vidokezo:

SIKU YA 30: Ametumwa Kuwaponya Wengine

Maandiko (NLT):

"Yeye hutufariji katika dhiki zetu zote ili nasi tuweze kuwafariji wengine." — 2 Wakorintho 1:4

Hadithi ya Michael:

Michael hakuwahi kufikiria kuwa kiongozi. Lakini sasa anasafiri akishiriki jinsi Mungu anavyoponya mioyo kama yake.

Hadithi ya Grace:

Grace anaongoza mafungo kwa wanawake uponyaji kutokana na kiwewe. Makovu yake yakawa wito wake mtakatifu.

Maarifa ya Ibada:

Huu sio mwisho - ni mwanzo. Safari yako ya kurejesha sasa ni *huduma yako* . Umeitwa , *umepewa vifaa* , na *kutumwa* .

Wewe ni chombo cha uponyaji.

Maswali ya Tafakari:

1. Nani anahitaji kusikia hadithi yako sasa hivi?
2. Utafanya nini na uponyaji uliopokea?

Tamko la Maombi:

Baba, asante kwa kunirejesha. Ninapokea wito Wako. Nifanye kuwa mwanga na chombo cha matumaini kwa wengine ambao bado wako gizani. Amina.

Mwongozo wa Jarida:

Andika "barua yako ya kuwatuma" kutoka kwa Mungu. Je, anakuita kufanya nini kutoka hapa?

Vidokezo:

Hitimisho: Kutoka Urejesho Hadi Kusudi

Umetoka mbali sana. Siku thelathini zilizopita, ulianza safari hii ukiwa umebeba uzito wa kukataliwa—vidonda vingine vikiwa vipya, vingine vikazikwa chini ya ukimya wa miaka mingi. Lakini siku baada ya siku, ukweli kwa ukweli, umekabiliana na maumivu, umefungua moyo wako, na kumwalika Mungu kuponya kile kilichovunjika.

Sasa, kuna kitu kimebadilika. Hufafanuliwa tena kwa kukataliwa—umetiwa alama ya **ukombozi** .

Unapendwa — **si** kwa yale uliyofanya, bali kwa ajili ya vile ulivyo katika Kristo.
Umechaguliwa — **umechaguliwa** na Mungu kwa wakati kama huu.
Wewe ni **mzima** —umerejeshwa kutoka ndani, si mfungwa tena wa maisha yako ya zamani.

Lakini huu sio mwisho - **huu ni mwanzo wako mpya.**

Unapoingia katika msimu ujao wa maisha yako, na utembee kwa ujasiri mpya, uwazi wa kiroho, na amani isiyoyumba. Acha makovu yako yawe ushuhuda wako. Acha maumivu yako yaongeze kusudi lako. Hebu Mungu yule yule aliyekuponya sasa akutumie kama chombo cha uponyaji kwa wengine.

Umeponywa na kuwa mponyaji.

Endelea katika Neno. Kukaa katika jamii. Egemea wito wako. Bado kuna maisha yanangoja upande mwingine wa utiifu wako. Umeonja urejesho—sasa ishi ndani yake, ukue ndani yake, na ushiriki na ulimwengu.

Kutoka kwa kukataliwa hadi kurejeshwa. Kutoka kuvunjika hadi nzima. Kutoka kwa kuishi hadi kustawi.
Hii ni hadithi yako sasa.

Kwa mioyo yetu yote,
Zacharias Godseagle ; Balozi Monday O. Ogbe & Comfort Ladi Ogbe
God's Eagle Ministries - GEMs
www.otakada.org

Inayopendwa, Iliyochaguliwa na Mzima: Safari ya Siku 30 kutoka Kukataliwa hadi Kurejeshwa

JINSI YA KUZALIWA UPYA NA BILLY GRAHAM

Jinsi ya Kuzaliwa Mara ya Pili

Na Billy Graham

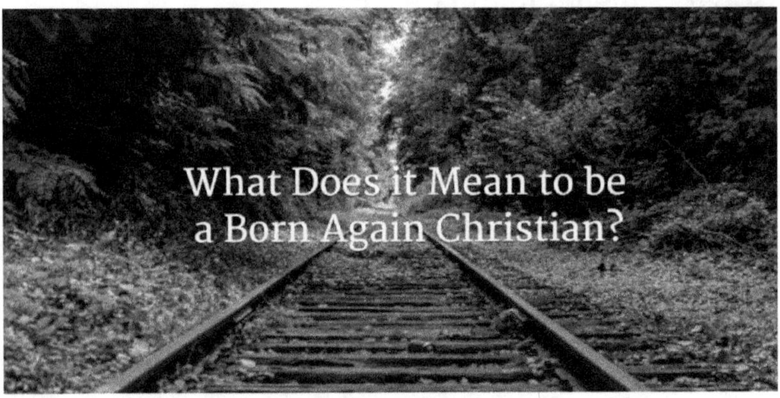

Mtu mmoja jina lake Nikodemo alimwendea Yesu usiku. Labda aliogopa kukosolewa au alikuwa na hamu ya mazungumzo ya faragha, au labda alitaka kujua zaidi kabla ya kujikabidhi kwa Yesu Kristo. Vyovyote vile, alikuja na kumuuliza Yesu maswali fulani.

Yesu alimtazama na kusema, "Nikodemo, unahitaji kuzaliwa mara ya pili" (Taz. Yohana 3:5). Kwa hakika, Alisema, "Hakika, hakika"—na wakati wowote Yesu alipotumia usemi huo, Alimaanisha kwamba kile ambacho kingefuata kilikuwa muhimu sana. Alisema,

"Amin, amin, nakuambia … hamna budi kuzaliwa mara ya pili" (Yohana 3:5,7, KJV).

Je, umezaliwa mara ya pili? **Iite wongofu, iite kujitolea, iite toba** , iite kuokoka, lakini je, imekutokea? Je, Kristo anaishi ndani ya moyo wako? Je, unaijua? Watu wengi wamefikiria kwa muda mrefu kuhusu dini na Ukristo na bado hawajajitolea kamwe. Je, umejitolea kwa Yesu Kristo?

Nikodemo lazima alipigwa na butwaa Yesu aliposema, "Lazima uzaliwe mara ya pili." Haingeonekana kushtua kama Kristo angesema hivyo kwa Zakayo mtoza ushuru au kwa mwizi msalabani au kwa mwanamke aliyekamatwa katika uzinzi. Lakini Nikodemo alikuwa mmoja wa viongozi wakuu wa kidini wa wakati wake. Walakini, alikuwa akitafuta ukweli.

Unaweza kwenda kanisani, lakini labda bado unatafuta. Kuna mahali tupu moyoni mwako, na kitu ndani kinakuambia kuwa hauko sawa na Mungu. Nikodemo alifunga siku mbili kwa juma. Alitumia saa mbili kila siku katika maombi. Alitoa zaka. Kwa nini Yesu alisema kwamba Nikodemo lazima azaliwe tena? Kwa sababu aliweza kusoma moyo wa Nikodemo. Yesu aliona kwamba Nikodemo alikuwa amejifunika kwa dini lakini alikuwa bado hajapata ushirika na Mungu.

Chanzo Cha Matatizo Yetu

Ni nini husababisha matatizo yetu yote duniani—kudanganya na kudanganya na chuki na ubaguzi na ukosefu wa usawa wa kijamii na vita? Yesu alisema,

"Lakini yale yatokayo kinywani yatoka moyoni, nayo ndiyo yamtia mtu unajisi" (Mathayo 15:18). Alisema tatizo liko mioyoni mwetu; mioyo yetu inahitaji kubadilishwa.

Wanasaikolojia, wanasosholojia na wataalamu wa magonjwa ya akili wote wanatambua kwamba kuna kitu kibaya kwa wanadamu. Maneno mengi katika Maandiko yanaelezea jambo hilo. Miongoni mwao ni neno **uasi** : "Dhambi ni uvunjaji wa sheria" (1 Yohana 3:4, KJV). Sheria gani? Sheria ya Musa, Amri Kumi. Je, umewahi kuvunja mojawapo ya Amri hizo? Kisha una hatia ya kuzivunja zote (Yakobo 2:10).

Neno dhambi linabeba wazo la kukosa alama, kupungukiwa na wajibu wetu, kushindwa kufanya yale tunayopaswa kufanya. Biblia inasema, "Uasi wote ni dhambi" (1 Yohana 5:17, KJV). Na bado kabla ya kufika mbinguni, lazima tuwe na haki. Mungu anasema, "Iweni wakamilifu kama mimi nilivyo mkamilifu, mtakatifu kama mimi nilivyo mtakatifu" (Mathayo 5:48, 1 Petro 1:16).

Tutapata wapi ukamilifu huo? Hatuna sasa, bado hatuwezi kufika mbinguni ikiwa hatuna. Ndiyo maana Kristo alikufa msalabani; Alimwaga damu yake na kufufuka ili kutoa haki kwa ajili yetu.

Neno lingine ni **udhalimu** , ambalo maana yake ni kukengeuka kutoka katika njia iliyonyooka. Isaya alisema, "Sisi sote kama kondoo tumepotea; tumegeukia kila mtu njia yake mwenyewe; na Bwana ameweka juu yake maovu yetu sisi sote" (Isaya 53:6).

Biblia inasema, "Kwa hiyo, kama vile kupitia mtu mmoja dhambi iliingia ulimwenguni, na kupitia dhambi hiyo kifo ... Kila mtu anahitaji mabadiliko makubwa. Tunahitaji kusamehewa dhambi zetu; tunahitaji kuvikwa haki ya Mungu. Ili kupata utimilifu katika maisha haya tunahitaji kutafuta kitu cha kujitolea. Je, wewe ni mtu wa kujitolea? Je, umejitolea kufanya nini? Kwa nini usimfanye Kristo kuwa sababu yako na kumfuata? Hatawahi kukuangusha.

Kuzaliwa Upya

Watu wengine huuliza swali: Kuzaliwa upya ni nini? Nikodemo aliuliza swali hilo pia: "Awezaje mtu kuzaliwa akiwa mzee?" Alitaka kuelewa.

Nilizaliwa na kukulia kwenye shamba la maziwa. Je, ng'ombe mweusi anawezaje kula majani mabichi na kutoa maziwa meupe na siagi ya njano? Sielewi hilo. Huenda nikasema, "Kwa sababu sielewi, sitakunywa maziwa tena." Na ungesema, "Wewe ni wazimu."

Sielewi, lakini ninakubali kwa imani. Nikodemo aliweza kuona mambo ya kimwili na ya kimwili tu, lakini Yesu alikuwa anazungumza kuhusu mambo ya kiroho.

Je, kuzaliwa upya kunatimizwaje? Hatuwezi kurithi kuzaliwa upya. Biblia inasema kwamba wale waliozaliwa mara ya pili "walizaliwa, si kwa damu, wala si kwa mapenzi ya mwili, wala si kwa mapenzi ya mtu, bali kwa Mungu" (Yohana 1:13). Baba na mama zetu wanaweza kuwa Wakristo waliozaliwa mara ya pili wakubwa zaidi ulimwenguni, lakini hilo halitufanyi sisi kuwa Wakristo waliozaliwa mara ya pili, pia. Watu wengi wana wazo kwamba kwa sababu walizaliwa katika nyumba ya Kikristo, wao ni Wakristo moja kwa moja. Wao si.

Hatuwezi kufanya kazi kwa njia yetu kwa Mungu, pia. Biblia inasema kwamba wokovu unakuja "si kwa matendo ya haki tuliyoyatenda sisi, bali kwa rehema yake, kwa kuoshwa kwa kuzaliwa kwa pili na kufanywa upya na Roho Mtakatifu" (Tito 3:5).

Wala matengenezo hayatoshi. Tunaweza kusema, "Nitageuza karatasi mpya," au "nitafanya maazimio ya Mwaka Mpya." Lakini Isaya alisema kwamba mbele za Mungu " haki zetu zote ni kama nguo chafu" (Isaya 64:6).

Baadhi yetu tumebadilika kwa nje ili kuendana na viwango fulani vya kijamii au tabia inayotarajiwa kwetu katika makanisa yetu, lakini ndani hatujawahi kubadilishwa. Hivyo ndivyo Yesu alikuwa akizungumza na Nikodemo. Alisema, "Nikodemo, unahitaji kubadilika ndani," na ni Roho Mtakatifu pekee anayeweza kufanya hivyo. Kuzaliwa kutoka juu ni tendo lisilo la kawaida la Mungu. Roho Mtakatifu hutuhakikishia dhambi zetu; Anatusumbua kwa sababu tumemkosea Mungu. Na kisha Roho Mtakatifu hutuzaa upya. Hapo ndipo tunapozaliwa mara ya pili. Roho Mtakatifu huja kuishi ndani ya mioyo yetu ili kutusaidia katika maisha yetu ya kila siku. Roho wa Mungu hutupatia uhakikisho, hutupatia furaha, huzaa matunda katika maisha yetu na hutufundisha Maandiko.

Watu fulani hujaribu kumwiga Kristo. Wanafikiri kwamba tunachopaswa kufanya ni kujaribu kumfuata Yesu na kujaribu kufanya mambo aliyofanya, nasi tutaingia mbinguni. Lakini hatuwezi kufanya hivyo.

Tunaweza kujua nyimbo za dini. Tunaweza hata kusema sala. Lakini kama hatujafika kwenye mguu wa msalaba, hatujazaliwa mara ya pili. Huo ndio ujumbe ambao Yesu anajaribu kutufundisha.

Kuzaliwa mara ya pili kunamaanisha kwamba "[Mungu] atakupa moyo mpya na kutia roho mpya ndani yako" (Ezekieli 36:26). "Ya kale yamepita, tazama, yote yamekuwa mapya" (2 Wakorintho 5:17). Sisi ni "washiriki wa tabia ya uungu" (2 Petro 1:4); "tumepita kutoka mautini kuingia uzimani" (Yohana 5:24). Kuzaliwa upya kunaleta mabadiliko katika falsafa na namna ya kuishi.

Siri

Kuna siri kwa kuzaliwa upya. Yesu alisema, "Upepo huvuma upendako, na sauti yake waisikia, lakini hujui unakotoka wala unakokwenda" (Yohana 3:8). Lakini unaweza kuona matokeo. Yesu hakujaribu kumweleza Nikodemo kuhusu kuzaliwa upya; akili zetu zenye kikomo haziwezi kuelewa kisicho na mwisho. Tunakuja kwa imani rahisi kama ya mtoto, na tunaweka imani yetu katika Yesu Kristo. Tunapofanya hivyo, tunazaliwa mara ya pili.

Je, una uhakika na wokovu wako?

Inatokea hivi. Kwanza tunapaswa kusikia Neno la Mungu. "Imani chanzo chake ni kusikia, na kusikia huja kwa neno la Mungu" (Warumi 10:17). Hiyo ndiyo hatua ya kwanza. " Ilimpendeza Mungu kwa upuzi wa lile neno linalohubiriwa kuwaokoa waaminio" (1

Wakorintho 1:21). Inaonekana ni upumbavu kwamba maneno kutoka katika Biblia yana uwezo wa kupenya mioyo yetu na kubadilisha maisha yetu, lakini yana nguvu, kwa sababu ni maneno matakatifu ya Mungu.

Kisha kuna kazi ya Roho Mtakatifu. Anathibitisha: "Naye atakapokuja, atauhakikisha ulimwengu kwa habari ya dhambi, na haki, na hukumu" (Yohana 16:8). Anatubadilisha. Anabadilisha nia zetu, mapenzi yetu, malengo yetu ya kuishi, tabia yetu. Anatupa kusudi jipya na malengo mapya. "Mambo ya kale yanapita, na kila kitu kinakuwa kipya" (Rej. 2 Wakorintho 5:17). Kisha anakaa ndani yetu: "Hamjui ya kuwa ninyi mmekuwa hekalu la Mungu, na ya kuwa Roho wa Mungu anakaa ndani yenu? Je, Mungu Roho Mtakatifu anaishi ndani yako?

Yesu Kristo anasema kwamba ni lazima kuzaliwa mara ya pili. Je, tunazaliwaje mara ya pili? Kwa kutubu dhambi. Hiyo ina maana tuko tayari kubadili njia yetu ya kuishi. Tunamwambia Mungu, "Mimi ni mwenye dhambi, na samahani." Ni rahisi na ya kitoto. Kisha kwa imani tunampokea Yesu Kristo kama Bwana na Bwana na Mwokozi wetu. Tuko tayari kumfuata katika maisha mapya ya utii, ambamo Roho Mtakatifu hutusaidia tunaposoma Biblia na kuomba na kushuhudia.

Ikiwa kuna mashaka akilini mwako kuhusu kama umezaliwa mara ya pili, natumaini utalitatua sasa, kwa sababu Biblia inasema katika 2 Wakorintho 6:2, "Sasa wakati uliokubalika ndiyo, … [leo] ndiyo siku ya wokovu."

"Mimi ni mwenye dhambi, na samahani.

Je, una wasiwasi kuhusu wakati ujao? Je, unapambana na suala la kibinafsi au la kiroho ambalo linasababisha wasiwasi, kutokuwa na uhakika au hofu kuhusu kesho? Vinjari mada na maswali kadhaa na uanze safari yako ya maisha ya amani zaidi sasa hivi.

Je, unatafuta Majibu?

Je, Mungu anavuta moyo wako? Je, uko tayari kwa ajili ya amani ya kweli na ya kudumu ambayo huja tu kupitia uhusiano na Mungu mmoja wa kweli? Chukua hatua kuelekea Kwake leo.

Unaweza Kuwa na Amani Pamoja na Mungu

Amani Ni Nini?

Kwa hiyo watu wengi hujitahidi kwa jambo moja zaidi kuliko jingine lolote—amani. Sababu wanayoitafuta ni kwa sababu hakuna faraja au uhuru wa kudumu maishani mwao. Ni kama hawajatulia kila wakati. Biblia hufafanua amani hasa katika njia tatu.

Amani ya kisaikolojia, faraja ndani.
Amani ya uhusiano, maelewano kati ya wanadamu.
Amani ya kiroho, ambayo ni kati ya Mungu na mwanadamu.

Biblia inaeleza jinsi dhambi inavyoharibu au kufuta aina zote tatu za amani. Mungu alipomuumba mwanadamu, alikuwa na amani na Mungu, yeye mwenyewe, na kila mtu mwingine. Hata hivyo, amani hiyo ilipotea alipomwasi Mungu. Amani inaweza kurejeshwa, lakini hatuwezi kuifanya peke yetu. Mungu alitoa njia.

Yesu Kristo, Mwana pekee wa Mungu, alitumwa katika ulimwengu wetu kuchukua dhambi zetu. Alifanya hivyo kwa kujiruhusu kusulubiwa, na ilikuwa ni dhabihu hiyo iliyotuwezesha kuwa na amani tena—amani ndani yetu wenyewe, amani kati yetu sisi kwa sisi na amani pamoja na Mungu.

Baada ya Yesu kufa msalabani, alifufuka. Hilo lilionyesha kwamba Yesu ni Mungu, lakini pia lilionyesha wazi kwamba anatamani kila mtu awe na amani kamilifu. "Kwa maana yeye ndiye amani yetu, ... naye alikuja akawahubiri ninyi mliokuwa mbali na amani kwa wale waliokuwa karibu" (Waefeso 2:14-17).

Yesu hutuwezesha kila mmoja wetu kushinda kila aina ya dhambi. Haijalishi jinsi hali yako ilivyo ngumu, Kristo anaweza kuipitia. Lakini ni lazima kwanza ukiri dhambi yako na kumkabidhi Yesu, ndipo uweze kuwa na amani kamilifu na kujua maana yake.

Yesu alisema, "Nimewaambia haya yote ili mpate kuwa na amani ndani yangu" (Yohana 16:33). Ili kuwa na amani, ni lazima umjue Yule anayeweza kuitoa.

Je, Uko Tayari Kwa Amani Yesu Anayotoa?

Michango inayoendelea mbele kwa uwazi zaidi na kuanza maisha yako mapya katika Yesu Kristo Hapo chini:

ANZA MAISHA YAKO MAPYA NA KRISTO

Unaweza kuwa na amani ya kweli na ya kudumu leo kupitia uhusiano na Yesu Kristo. Anza safari yako ya hatua nne sasa!

Hatua ya 1 - Kusudi la Mungu: Amani na Uzima

Mungu anakupenda na anataka upate amani na uzima wa milele— tele na wa milele.
Biblia inasema:

"Tuna amani na Mungu kwa njia ya Bwana wetu Yesu Kristo."
Warumi 5:1

"Kwa maana jinsi hii Mungu aliupenda ulimwengu, hata akamtoa Mwanawe pekee, ili kila mtu amwaminiye asipotee, bali awe na uzima wa milele."
Yohana 3:16

"Mimi [Yesu] nilikuja ili wawe na uzima na wawe nao tele."
Yohana 10:10

Kwa nini watu wengi hawana amani hii na maisha tele ambayo Mungu alipanga tuwe nayo?

Hatua ya 2 - Tatizo: Dhambi Inatutenganisha

Mungu alituumba kwa mfano wake ili tuwe na uzima tele. Hakutufanya kama roboti ili kumpenda na kumtii moja kwa moja. Mungu alitupa nia na uhuru wa kuchagua. Tunachagua kutomtii Mungu na kwenda kwa njia yetu wenyewe. Bado tunafanya chaguo hili leo. Hii inasababisha kutengwa na Mungu.
Biblia inasema:

"Kwa maana wote wamefanya dhambi na kupungukiwa na utukufu wa Mungu."
Warumi 3:23

"Kwa maana mshahara wa dhambi ni mauti, bali karama ya Mungu ni uzima wa milele katika Kristo Yesu Bwana wetu."
Warumi 6:23

Uchaguzi wetu husababisha kutengwa na Mungu. Watu wamejaribu kwa njia nyingi kuziba pengo hili kati yao na Mungu...
Biblia inasema:

"Iko njia ionekanayo kuwa sawa machoni pa mtu, lakini mwisho wake ni njia za mauti."
Mithali 14:12

"Lakini maovu yenu yamewafarikisha ninyi na Mungu wenu, na dhambi zenu zimeuficha uso wake msiuone, hata hataki kusikia."
Isaya 59:2

Hakuna daraja linalomfikia Mungu... isipokuwa moja.

Hatua ya 3 – Dawa ya Mungu: Msalaba

Yesu Kristo alikufa msalabani na kufufuka kutoka kaburini. Alilipa adhabu ya dhambi zetu na kuziba pengo kati ya Mungu na watu.
Biblia inasema:

"Kwa maana Mungu ni mmoja, na mpatanishi kati ya Mungu na wanadamu ni mmoja, Mwanadamu Kristo Yesu."
1 Timotheo 2:5

"Kwa maana Kristo naye aliteswa mara moja kwa ajili ya dhambi, mwenye haki kwa ajili yao wasio haki, ili atulete kwa Mungu."
1 Petro 3:18

"Lakini Mungu aonyesha pendo lake kwetu sisi, kwa kuwa Kristo alikufa kwa ajili yetu, tulipokuwa tungali wenye dhambi."
Warumi 5:8

Mungu ametoa njia pekee... Kila mtu lazima afanye chaguo...

Hatua ya 4 – Majibu Yetu: Mpokee Kristo

Ni lazima tumwamini Yesu Kristo kama Bwana na Mwokozi na kumpokea kwa mwaliko wa kibinafsi.
Biblia inasema:

"Tazama, nasimama mlangoni, nabisha; mtu akiisikia sauti yangu, na kuufungua mlango, nitaingia kwake, nami nitakula pamoja naye, na yeye pamoja nami."
Ufunuo 3:20

"Bali wote waliompokea aliwapa uwezo wa kufanyika watoto wa Mungu, ndio wale waliaminio jina lake."
Yohana 1:12

"Ukimkiri Yesu kwa kinywa chako ya kuwa ni Bwana, na kuamini moyoni mwako ya kuwa Mungu alimfufua katika wafu, utaokoka."
Warumi 10:9

Je, utampokea Yesu Kristo sasa hivi?

Hivi ndivyo unavyoweza kumpokea Kristo:

Kubali hitaji lako. (Mimi ni mwenye dhambi.)

Kuwa tayari kugeuka kutoka kwa dhambi zako (tubu) na kuomba msamaha wa Mungu.
Amini kwamba Yesu Kristo alikufa kwa ajili yako msalabani na akafufuka kutoka kaburini. Kupitia maombi, mwalike Yesu Kristo aingie na kudhibiti maisha yako kwa njia ya Roho Mtakatifu. (Pokea Yesu kama Bwana na Mwokozi)Tunapendekeza maombi kama haya:

"Mungu mpendwa, najua mimi ni mwenye dhambi. Ninataka kugeuka kutoka kwa dhambi zangu, na ninaomba msamaha wako. Ninaamini kwamba Yesu Kristo ni Mwana wako. Ninaamini kwamba alikufa kwa ajili ya dhambi zangu na kwamba ulimfufua. Nataka aingie moyoni mwangu na kuchukua udhibiti wa maisha yangu. Nataka kumwamini Yesu kama Mwokozi wangu na kumfuata kama Bwana wangu tangu leo. Katika Jina la Yesu, amina."

Je, uliomba ili kumpokea Yesu Kristo na kuanza uhusiano naye?

Ndiyo, niliomba

Hapana, lakini nina maswali

Nenda kwa inayofuata kwa uwazi zaidi

Hadithi ya Wokovu - Maombi ya Wokovu - Maombi ya Wokovu - Mazungumzo Yetu ya Kwanza ya Kweli na Mungu

"Sala ya wokovu" ndiyo sala muhimu sana ambayo tutawahi kuomba. Tunapokuwa tayari kuwa Mkristo, tuko tayari kuwa na mazungumzo yetu ya kwanza ya kweli na Mungu, na hizi ndizo vipengele vyake:

- Tunakiri kwamba Yesu Kristo ni Mungu; kwamba alikuja duniani kama mwanadamu ili kuishi maisha yasiyo na dhambi ambayo hatuwezi kuishi; kwamba alikufa badala yetu, ili tusije tukalipa adhabu tunayostahili.
- Tunakiri maisha yetu ya zamani ya dhambi - kuishi kwa ajili yetu wenyewe na kutomtii Mungu.
- Tunakubali tuko tayari kumwamini Yesu Kristo kama Mwokozi na Bwana wetu.
- Tunamwomba Yesu aje ndani ya mioyo yetu, akae humo, na aanze kuishi kupitia sisi.

Maombi ya Wokovu - Huanza na Imani katika Mungu

Tunapoomba maombi ya wokovu, tunamjulisha Mungu kwamba tunaamini Neno Lake ni kweli. Kwa imani ambayo ametupa, tunachagua kumwamini. Biblia inatuambia kwamba " *pasipo imani haiwezekani kumpendeza; kwa maana mtu amwendeaye Mungu lazima aamini kwamba yeye yuko, na kwamba huwapa thawabu wale wamtafutao* " (Waebrania 11:6).

Kwa hivyo, tunapoomba, tukimwomba Mungu zawadi ya wokovu, tunatumia hiari yetu kukiri kwamba tunamwamini. Udhihirisho huo wa imani humpendeza Mungu, kwa sababu tumechagua kwa hiari kumjua.

Maombi ya Wokovu - Kukiri Dhambi Zetu

Tunapoomba maombi ya wokovu, tunakiri kwamba tumefanya dhambi. Kama Biblia inavyosema juu ya kila mtu, isipokuwa Kristo pekee: " *Kwa maana wote wamefanya dhambi, na kupungukiwa na utukufu wa Mungu* " (Warumi 3:23).

Kutenda dhambi ni kupungukiwa na alama, kama mshale usiopiga kabisa jicho la fahali. Utukufu wa Mungu ambao tunapungukiwa nao unapatikana tu katika Yesu Kristo: " *Kwa maana Mungu ndiye aliyeamuru nuru itang'aa kutoka gizani, ndiye aliyeng'aa mioyoni mwetu na kutoa nuru ya ujuzi wa utukufu wa Mungu katika uso wa Yesu Kristo* " (2 Wakorintho 4:6).

Kwa hiyo, sala ya wokovu inatambua kwamba Yesu Kristo ndiye mwanadamu pekee aliyepata kuishi bila dhambi. " *Kwa maana Yeye asiyejua dhambi alimfanya kuwa dhambi kwa ajili yetu, ili sisi tupate kuwa haki ya Mungu katika Yeye* " (2 Wakorintho 5:21).

Maombi ya Wokovu - Kukiri Imani katika Kristo kama Mwokozi na Bwana

Na Kristo kama kiwango chetu cha ukamilifu, sasa tunakiri imani ndani yake kama Mungu, tukikubaliana na Mtume Yohana kwamba: " *Hapo mwanzo kulikuwako Neno (Kristo), naye Neno alikuwako kwa Mungu, naye Neno alikuwa Mungu. Hapo mwanzo alikuwa kwa Mungu. Vyote vilifanyika kwa huyo, wala pasipo yeye hakuna chochote kilichofanyika "* (Yohana 1:1-3).

Kwa sababu Mungu angeweza tu kukubali dhabihu kamilifu, isiyo na dhambi, na kwa sababu Alijua kwamba hatungeweza kutimiza hilo, alimtuma Mwanawe afe kwa ajili yetu na kulipa gharama ya milele. " *Kwa maana jinsi hii Mungu aliupenda ulimwengu hata akamtoa Mwanawe pekee, ili kila mtu amwaminiye asipotee, bali awe na uzima wa milele* ." (Yohana 3:16).

Maombi ya Wokovu - Sema na Uimaanishe Sasa!

Je, unakubaliana na kila ulichosoma hadi sasa? Ukifanya hivyo, usingoje kwa muda zaidi ili kuanza maisha yako mapya katika Yesu Kristo. Kumbuka, sala hii sio fomula ya kichawi. Unaonyesha tu moyo wako kwa Mungu. Omba hivi pamoja nasi:

"Baba, najua nimevunja sheria zako na dhambi zangu zimenitenga nawe. Hakika nimejuta, na sasa nataka kugeuka kutoka kwa maisha yangu ya zamani ya dhambi kuelekea kwako. Tafadhali nisamehe, na unisaidie niepuke dhambi tena. Ninaamini kwamba mwana wako, Yesu Kristo alikufa kwa ajili ya dhambi zangu, alifufuliwa kutoka kwa wafu, yu hai, na anasikia maombi yangu. Ninamwalika Yesu apate kuwa Bwana wa maisha yangu ya siku hii na kutawala kutoka siku hii takatifu mbele yako. nisaidie nikutii Wewe, na kufanya mapenzi yako maisha yangu yote, katika jina la Yesu ninaomba, Amina.

Sala ya Wokovu - Nimeiomba; Sasa Nini?

Ikiwa umeomba ombi hili la wokovu kwa imani na moyo wa kweli, sasa wewe ni mfuasi wa Yesu. Huu ni ukweli, iwe unahisi tofauti au la. Mifumo ya kidini inaweza kuwa imekuongoza kuamini kwamba unapaswa kuhisi kitu fulani - mwanga wa joto, kutetemeka, au uzoefu mwingine wa fumbo. Ukweli ni kwamba unaweza, au hauwezi. Ikiwa umeomba maombi ya wokovu na kumaanisha, sasa wewe ni mfuasi wa Yesu. Biblia inatuambia kwamba wokovu wako wa milele uko salama! " *ili ukimkiri Yesu kwa kinywa chako ya kuwa ni Bwana na kuamini moyoni mwako ya kuwa Mungu alimfufua katika wafu, utaokoka* " (Warumi 10:9).

Karibu katika familia ya Mungu! Tunakutia moyo sasa utafute kanisa la mtaa ambapo unaweza kubatizwa na kukua katika ujuzi wa Mungu kupitia Neno Lake, Biblia.

Unaweza pia kutembelea tovuti yetu katika www.otakada.org ambayo itakusaidia kukuza na kukua katika Kristo

Kwa kutumia kiungo hiki katika somo la Biblia la ugunduzi ili kumgundua Yesu mwenyewe https://www.otakada.org/dbs-dmm/

Safari ya siku 40 ya Uanafunzi

Au unaweza kuanza safari ya siku 40 kwa kasi yako mtandaoni kupitia kiungo hiki https://www.otakada.org/get-free-40-days-online-discipleship-course-in-a-journey-with-jesus/

Ikiwa unahitaji mwongozo, tuma barua pepe kwa info@otakada.org

Bwana akuongezee maisha yako na akujaze furaha, amani, upendo na maelewano ambayo ni Yeye pekee awezaye kutoa, amina

Swali kwako!

Taarifa iliyotolewa leo, ina maana kwako? kama ni hivyo, toa maarifa zaidi.
Kwenda mbele, ungefanya nini tofauti? Fanya ahadi ya kuanza mara moja!

Ikiwa una maswali ya kufuatilia, jisikie huru kutuandikia, kutupigia simu au kuzungumza nasi kwani tunaamini kwamba Roho wa Mungu atatoa majibu zaidi ya mawazo yako. Tuko hapa kukuwezesha kuwa kila kitu ambacho Mungu alikuitia kuwa na kufanya katika jina la Yesu

Shalom!

Zacharias Godseagle ; Balozi Monday O. Ogbe na Comfort Ladi Ogbe
God's Eagle Ministries GEM
https://www.otakada.org
ambassador@otakada.org

Vitabu vingine vilivyochapishwa na waandishi

Zacharias Godseagle

Prayer: The Mightiest Force in World : Mobilizing 10 million Intercessors for the NATIONS Kindle Edition

by Frank C. Laubach (Author), Zacharias Godseagle (Author) Format: Kindle Edition

4.7 5 ratings See all formats and editions

About the book - Prayer: The Mightiest Force in World - Mobilizing 10 million Intercessors for the NATIONS

Discover the transformative power of prayer in —***"Prayer: The Mightiest Force in the World - Mobilizing 10 million Intercessors for the NATIONS,"*** a compelling Christian nonfiction work urging readers to mobilize a movement of 10 million intercessors. This book, authored by **Frank C. Laubach and Zacharias Godseagle** emphasizes that prayer is a mighty force capable of changing lives, nations, and the world at large.

It challenges individuals to pray boldly and consistently for leaders, communities, and personal breakthrough, highlighting historical examples and testimonials of prayer's impact. With action plans, reflection questions, and journaling sections for individuals

https://www.amazon.com/Prayer-Mightiest-Mobilizing-million-Intercessors-ebook/dp/B0DYJYVKHT

Balozi Monday O. Ogbe

Read sample

True Story of Thirty (30) Years SPIRITUAL TRAVEL Diary into the Spirit World: Perfect WORDS, Perfect WORKS, and Perfect WONDERS

Kindle Edition

by O Ogbe, Ambassador Monday (Author), Peter Tan (Author) Format: **Kindle Edition**

See all formats and editions

Hello Friends, God is constantly calling His children to the place of perfection. In the garden of Eden, He told our first parent to eat everything except one of the trees. They broke the perfection clause and were driven out of the garden. He told Noah to prepare the ark according to specification and fill it up according to instruction. He told Abraham to walk before Him and be perfect. He told Moses to build the ark of the covenant according to as shown him on the mountain. The perfection clause continued till Jesus time where Jesus said, "I do nothing except what I see my Father doing and He is still calling us today to the place of perfection.

https://www.amazon.com/Story-Thirty-SPIRITUAL-TRAVEL-Spirit-ebook/dp/B0C7YRVSWG

Orodha kamili

https://www.amazon.com/s?k=Balozi+Monday+O+Ogbe&ref=nb_sb_noss

Ukurasa wa mwandishi - https://www.amazon.com/stores/Ambassador-Monday-O.-Ogbe/author/B07MSBPFNX

Faraja Ladi Ogbe kama Amanda Daniel

Safeguarding Innocence: A Guide to Protecting Children from Predators Kindle Edition

by Amanda Daniel (Author) Format: Kindle Edition

5.0 ★★★★★ 5 ratings See all formats and editions

In a world where children's safety is a growing concern, Safeguarding Innocence serves as a crucial resource for parents and guardians. This comprehensive guide highlights the importance of awareness and proactive measures to protect children from various threats. It emphasizes open communication, education on safe boundaries, and online safety to equip kids with the tools they need to navigate potential dangers. The book also explores how to respond effectively to suspicious behaviors, the role of legislation, and the significance of community engagement. With sections dedicated to personal stories of resilience and strategies for fostering healthy relationships, this guide empowers caregivers to cultivate a safer environment. Combining practical advice with inspiring narratives, Safeguarding Innocence aims to create a united front against child predation, ensuring that both parents and children can thrive in a secure world.

https://www.amazon.com/Safeguarding-Innocence-Protecting-Children-Predators-ebook/dp/B0DJ5J31CW

https://www.amazon.com/s?k=Amanda+Daniel&crid=2ZF6MSTQ7W4Q0

www.ingramcontent.com/pod-product-compliance
Lightning Source LLC
LaVergne TN
LVHW010945051026
849532LV00003B/1136